ĐƯỜNG MÂY

Tuyển tập truyện ngắn & tranh bốn mùa

Trần C. Trí * Cẩm Tâm

ĐƯỜNG MÂY

TRẦN C. TRÍ * CẨM TÂM

NHÂN ẢNH
2025

NHÂN ẢNH PUBLISHING
Tranh bìa: **Đường Mây – Cẩm Tâm**
Trình bày bìa: **Uyên Nguyên Trần Triết**
Trình bày sách: **Bảo Chấn**

Printed in the United States of America

QUÝ TẶNG

Đám Cưới Ngày Xưa

Thuý Yến
Bảo Nga

Mùa Đông Bất Tận

Nhật Vân

MỤC LỤC

XUÂN

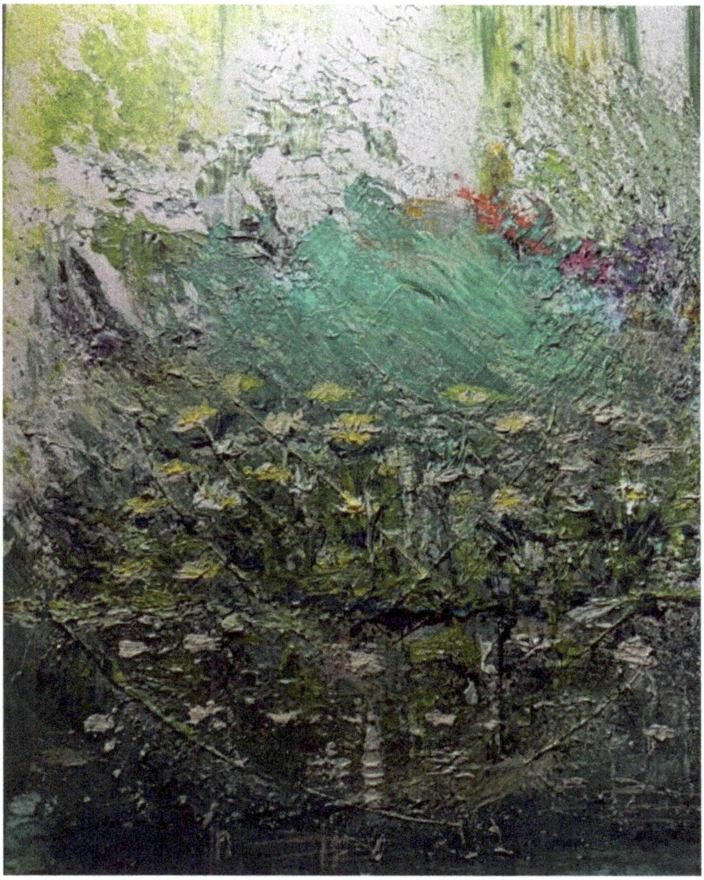

Trầm Mặc Hoa

NỐI LẠI CUNG ĐÀN

Tôi gặp lại Ngọc Lan trong một buổi tiệc sinh nhật người bạn của một người bạn. Nhác thấy Ngọc Lan đang đứng tần ngần trước cái bàn tròn bày ê hề nhiều món ăn hấp dẫn, tôi tiến đến gần, cất tiếng chào:

"Chào Ngọc Lan! Còn nhớ tôi là ai không?"

Ngọc Lan hơi giật mình, ngước lên nhìn tôi:

"Ồ, cho Lan một giây nhé. Huy, phải không? Lâu ngày quá."

Tôi mừng rỡ gật đầu, vì nếu "người ta" không nhớ ra mình là ai thì quê lắm. Ngọc Lan quay qua người đàn ông Mỹ cao lớn đứng bên cạnh, nói với ông ta:

"Honey, this is Huy, who went to the same school as me in high school. Huy, this is Joe, my boyfriend."

Tôi và ông ta bắt tay nhau, chào hỏi xã giao. Tôi bảo Ngọc Lan:

"Gặp lại Ngọc Lan tôi mừng lắm! Thôi mời Ngọc Lan lựa thức ăn đi. Chút nữa có dịp tụi mình nói chuyện với nhau nghe."

Đoạn tôi đi cũng tìm một cái dĩa và bắt đầu chọn một vài món ăn cho mình. Đây quả là một party lớn, rất đông người tham dự, dễ đến cả trăm người mà liếc sơ qua tôi chỉ thấy được một vài gương mặt quen quen. Lúc tôi vừa đến, Thuỳ Hương, bạn của cô bạn tôi là Mỹ Trang, đã vồn vã chạy ra chào tôi và còn "hug" một cái rất ư là... Mỹ quốc! Mỹ Trang cũng đến ân cần chào tôi, rồi cả hai nhanh chóng biến vào đám đông khách mời. Đêm nay là sinh nhật của cả hai cô, cùng một cô khác nữa tên là Diệu Hoa.

Lấy thức ăn và một chai bia xong, tôi lững thững tìm một cái bàn còn trống để ngồi xuống. Tôi ít khi đi dự party, đặc biệt là một buổi tiệc lớn như thế này. Nhà của Thuỳ Hương thật lớn và khang trang, nằm trên một ngọn đồi của vùng Anaheim Hills. Buổi tiệc được tổ chức trong khoảng sân bát ngát phía sau nhà, nhìn xuống có thể thấy một vùng thành phố lấp lánh ánh đèn ban đêm thật tráng lệ. Tôi cảm thấy lạc lõng vì không có ai để nói chuyện, trong khi không khí chung quanh tôi vô cùng thân mật và huyên náo. Trước bức tường cao chót vót ngăn nhà của Thuỳ Hương và nhà hàng xóm là một sân khấu dã chiến với ban nhạc một-người cùng một cô ca sĩ. Hoàng Thuý, từ San Jose xuống, đang trình bày nhạc phẩm *"Viens m'embrasser"* bằng một giọng thật điêu luyện. Uống một ngụm bia, tôi khoan thai nhâm nhi cùng với các món ăn vừa chọn, đồng thời thưởng thức âm điệu ướt át của bài nhạc Pháp. Vừa lúc đó, Mỹ Trang trờ tới nói:

"Ông Huy làm gì ngồi đây một mình vậy? Đi ra đây ngồi chung với các bạn của Trang nè!"

Tôi phải vội vàng cầm dĩa thức ăn và chai bia tất tả chạy theo Mỹ Trang ra tới chỗ có dãy bàn dài kê dưới một cái lều màu trắng. Ngọc Lan và ông bạn người Mỹ tên Joe đã ngồi sẵn ở đó. Thế là tôi cảm thấy đỡ lạc lõng vì đã có người nói chuyện. Một lát sau, có một cô khác đến bàn và ngồi xuống cạnh chúng tôi. Hoá ra Ngọc Lan và cô này, tên Lệ Hằng, là bạn học ngồi kế bên nhau thời trung học, hơn bốn mươi năm sau mới gặp lại. Vừa ăn, Lệ Hằng vừa hỏi Ngọc Lan:

“ ‘Ảnh’ đó hả Lan? Hai người quen nhau thế nào vậy? Bao nhiêu tuổi?”

“Chuyện ly kỳ lắm Hằng ơi!” Ngọc Lan cười đáp, “Ổng hơn Lan đến mười một tuổi lận!”

“We’re sitting pretty far from the heater,” Joe chợt nói, "I feel kind of cold.”

Tôi cũng không thích ngồi phía lều, vừa lạnh, vừa sát hai cái loa ầm ĩ nên phụ hoạ:

“Ừ, tôi cũng thấy lạnh. Thôi tụi mình vào phía trong đi.”

Thế là bọn tôi lại cùng nhau chạy vào cái bàn tôi ngồi lúc nãy. Lệ Hằng gặp một anh bạn cũ, kéo qua bàn kế bên nói chuyện, quên bẵng đi việc chờ nghe câu chuyện của Ngọc Lan! Khi còn lại ba chúng tôi, tôi nhìn Ngọc Lan bảo:

“Tôi vẫn còn nhớ lần đầu tiên gặp lại Ngọc Lan ở Mỹ. Lúc đó tôi làm teller ở Bank of America trên Beverly Hills, còn Ngọc Lan là khách hàng đến gởi tiền. Lan còn nhớ không?”

“Lan nhớ chứ,” Ngọc Lan cười nhẹ, "Hồi đó Huy nhìn còn thư sinh. Bây giờ phát tướng hơn rồi.”

Ngọc Lan nói đúng. Còn cô, tôi thấy cô vẫn đẹp như xưa, có phần còn đẹp hơn nữa vì đây là nét đẹp chín muồi so với thời còn thiếu nữ. Ngày trước, Ngọc Lan nổi tiếng không những là con gái nhà giàu ở thành phố Nha Trang miền cát trắng, mà còn vì nét đẹp sang trọng, quý phái của mình. Không biết ai khác thấy thế nào, chứ riêng tôi thấy vẻ đẹp của Ngọc Lan không thuần Việt mà dường như có một chút “hương xa” trong đó. Dạo đó, mỗi lần thấy Ngọc Lan tha thướt, yểu điệu đi qua trước cửa lớp tôi (hai phòng học kế bên nhau), tôi vẫn thường chiêm ngưỡng sắc đẹp ít có của cô và thầm so sánh cô với một nàng công chúa Thái Lan trong cung điện dát đầy vàng óng ánh, rực rỡ. Tôi hỏi Ngọc Lan:

"Hai ông bà bây giờ ở đâu?"

Ngọc Lan nhìn qua Joe đang lắng nghe một anh chàng đang hát *"Tombe la neige"* trên sân khấu:

"Lan ở Huntington Beach còn ảnh ở Corona Del Mar."

"Ủa, vậy ra hai người..." Tôi ngạc nhiên nói.

"...Vẫn nhà ai nấy ở, Huy ạ," Ngọc Lan tiếp lời tôi.

Rồi cô vui vẻ tiếp:

"Để Lan kể cho Huy nghe Joe và Lan gặp nhau ra sao nhe."

Cô quay qua khều Joe:

"I'm going to tell Huy how we met."

Joe gật gù tỏ vẻ đồng ý. Tôi nheo mắt nhìn ông ta:

"I'll make sure she's not going to exaggerate or omit any interesting details."

Ngọc Lan mỉm cười rồi bắt đầu câu chuyện, lẫn trong tiếng nhạc trầm bổng và tiếng người nói cười chung quanh.

oOo

Lâu lắm rồi Huy mới gặp lại Lan nên chắc Huy không biết là anh Trân, chồng của Lan, mất đã hai năm nay. Ảnh và Lan đã sống thật hạnh phúc với nhau trong ba mươi năm. Ngày xưa, cũng như bao nhiêu người con gái mới lớn, Lan cũng có một vài người theo đuổi, từ Việt Nam qua đến bên Mỹ. Vậy mà Lan chẳng thấy hợp với ai cả. Có một đêm, trong một buổi tiệc như đêm nay, Lan tình cờ gặp và nói chuyện với anh Trân. Lúc đó ảnh là bác sĩ từ bên Pháp qua. Chỉ một lần gặp gỡ vậy mà hai đứa thấy hợp nhau ngay và ít lâu sau, anh Trân qua Mỹ để làm đám cưới với Lan và định cư luôn ở đây. Tụi Lan có hai cháu, một trai, một gái, đã học hành xong xuôi và có công việc đàng hoàng, ở riêng rồi.

Phải nói là Lan thật diễm phúc khi có người chồng như anh Trân. Ảnh chiều chuộng Lan hết sức, mãi cho đến ngày ảnh phát bệnh ung thư. Tụi Lan có hãng bảo hiểm tốt nên ảnh cũng cầm cự được hai năm mới mất. Khỏi phải nói chắc Huy cũng có thể hiểu được Lan đã khổ cực với ảnh lúc bệnh ra sao, và đã đau đớn biết ngần nào khi ảnh không thể cãi lại số phận đã an bài. Lan đã từng đọc tiểu thuyết thấy những cảnh đời tương tự, vậy mà khi chuyện xảy đến cho Lan, Lan đã bàng hoàng vì không thể ngờ trên thế gian lại có chuyện như thế dành cho mình. Năm đầu tiên sau khi anh Trân mất, Lan hầu như không bước ra khỏi nhà, công việc buôn bán giao lại cho người thân tín trông coi. Lan thường phải uống thuốc ngủ để có càng nhiều giờ phút mộng mị, xa rời thực tế càng tốt.

Cũng phải đến chín, mười tháng sau Lan mới lấy lại một chút bình tĩnh và thăng bằng trong cuộc sống. Lan còn nhớ một buổi sáng, Lan thức dậy sau một đêm dài khó ngủ, nhìn mình trong gương và thảng thốt thấy một khuôn mặt hốc hác, tiều tuỵ của một kẻ mất hồn, mất phương hướng trong cuộc sống. Thốt nhiên, Lan nhớ tới hai câu thơ của thi sĩ Thái Can mà Lan đã đọc được đâu đó lúc còn là nữ sinh trung học: "Em nên điểm phấn tô son lại, ngạo với nhân gian một nụ cười." Sau hôm đó, Lan quyết định phải bắt đầu sống lại. Lan tin chắc anh Trân cũng không muốn thấy Lan phải héo mòn vì yêu và tiếc nhớ ảnh như vậy. Lan trở lại với công việc buôn bán, ăn uống điều độ hơn, tập thể dục thường xuyên, và nhất là chịu khó trang điểm lại, một thói quen mà Lan đã quên đi trong bao nhiêu tháng trời.

Thấm thoát mà ngày giỗ đầu của anh Trân đã đến. Nhìn lại cả một năm vừa qua, Lan tưởng chừng như anh Trân không chết mà chỉ đi đâu xa chưa về, như ngày trước ảnh vẫn thường có những chuyến đi như thế. Suốt năm đó, như người Mỹ thường nói, Lan vẫn có "bad days" và "good days". Có hôm Lan tưởng chừng như không thể nào đứng lên nổi để đi tiếp quãng đời còn lại. Có hôm tâm hồn Lan lại chợt bình yên như mặt hồ phẳng lặng, như thể cảnh ngộ nào Lan cũng chịu đựng được. Ngày giỗ đến, Lan không muốn theo thói đời tổ chức một bữa cúng bái, với nhiều người đến ăn uống, nói cười, trong khi Lan chỉ muốn âm thầm nhớ đến người đã khuất. Lan chỉ muốn ngày đó là một ngày riêng tư của anh Trân và Lan. Lan nấu một bữa ăn nhỏ tượng trưng, với vài món ăn mà sinh thời anh Trân vẫn thích. Rồi bày biện tất cả lên bàn thờ, rót trà, thắp hương, Lan ngồi bên cạnh nghĩ đến anh thật nhiều, thật nhiều, trong nhạt nhoà nước mắt. Lúc bệnh trở nặng, anh Trân có trăn trối dặn Lan khi ảnh mất đi phải thiêu và rải tro cốt ra biển. Lan làm y lời ảnh dặn, thuê một chiếc tàu ra biển Huntington Beach, bùi ngùi nhìn mớ tro của người thân yêu bay tứ tán trong gió biển lồng lộng. Anh Trân đã về với trời, với biển.

Ban đêm, Lan sợ nhất là mất ngủ. Vì mất ngủ có nghĩa là Lan phải nằm trằn trọc nhớ lại những khúc phim tươi đẹp ngày xưa của gia đình, có anh Trân lúc nào cũng vui cười, nói năng, đùa giỡn. Nhưng tối hôm đó, tự dưng Lan thấy can đảm lạ thường. Lan muốn mình sẽ thức thật khuya để ôn lại kỷ niệm xưa, để thì thầm với anh Trân về tất cả những gì Lan muốn nói từ bấy lâu nay. Nghĩ vậy, Lan không lái xe về thẳng nhà mà tạt vào một tiệm Starbucks bên đường để kiếm chút caffeine hỗ trợ cho đêm nay. Đứng trước quầy, Lan dõng dạc bảo người barista:

"Please make me four shots of espresso."

Lúc mở ví trả tiền, Lan luống cuống vì không tìm ra chút tiền mặt nào. Dạo sau này, Lan không còn thói quen mang thẻ tín dụng theo mình vì có lần đã bị mất, phiền phức không thể tả. Chưa biết tính sao thì từ sau lưng Lan, một giọng Mỹ trầm ấm cất lên:

"Miss, please let me take care of it."

Lan chưa kịp phản ứng thì người đàn ông đó đã nói với người bán hàng:

"I'd like a tall green tea latte and will pay for both orders, please."

Lúc ấy, Lan cứ đứng sững như trời trồng, không nói "yes" mà cũng chẳng nói "no" được. Mãi đến lúc người đàn ông cầm ly cà-phê đưa cho Lan, Lan mới lắp bắp nói:

"I don't know how to thank you properly. It was so embarrassing! Let me run to my car and get some money to pay you back."

"It won't be necessary. It's nothing, really," người đàn ông mỉm cười thật nhẹ.

"It's NOT nothing!" Lan cương quyết,"I owe you. And I've never owed anyone in my life before."

Nói xong, Lan chạy nhanh ra xe để lấy tiền. Đúng là tổ trác, cái ví trong glovebox mọi lần Lan vẫn có chút tiền "emergency" mà hôm đó cũng trống rỗng! Thật là kẹt hết chỗ nói. Thế là Lan đành thiểu não bước vào tiệm trở lại. Người đàn ông nhìn mặt Lan, đoán được tình hình, vội nói cho Lan đỡ khó xử thêm một lần nữa:

"There's no rush. I'm Joe Campbell. Here's my card. When you're ready to pay me back, just call me up, all right?"

"Pleased to have met you," tới nước đó, Lan đành nói xuôi xị," I'm Lan. Thank you very much for being so nice to me. I'm otherwise speechless!"

Nói xong, Lan gật đầu chào Joe, cầm lấy tấm danh thiếp, rồi trở ra xe, lòng nặng nề khó tả. Hớp một ngụm cà-phê, Lan thấy sao nó đắng hơn mọi khi cả trăm lần. Vừa lái xe, Lan vừa miên man suy nghĩ. Lúc nãy vì lúng túng quá mà Lan cũng không nhìn rõ mặt người đàn ông tử tế bất ngờ đó. Giá ít lâu sau mà Lan có tình cờ đứng trước mặt ông ta chắc cũng không thể nhận ra. Đêm đó, Lan không ngủ được thật. Nhưng thay vì chỉ có hình ảnh anh Trân trong ý nghĩ, lại lởn vởn có thêm hình ảnh mờ nhạt của người đàn ông Mỹ tên Joe.

Rồi ngày tháng lại tiếp tục trôi qua. Lan đã trở lại với công việc, đã trang điểm lại như xưa, nhưng không biết để ngạo nhân gian làm gì nữa. Tâm hồn Lan lắng đọng, nỗi buồn thì vẫn còn đó. Thỉnh thoảng, như một vết thương gặp ngày trái gió trở trời, nỗi buồn đó lại dâng cao. Lan đi về như một cái bóng. Mỗi cuối tuần vẫn gặp các con trong bữa ăn họp mặt. Hai con của Lan cũng vui khi thấy mẹ bớt vẻ sầu não như bấy lâu nay. Chỉ có riêng Lan mới biết được rằng, dù sao đi nữa, tâm hồn mình vẫn quá yếu đuối, mong manh, như một thân bướm nhỏ. Chỉ một làn gió lớn thổi qua thôi chắc cũng đủ làm xao xuyến, lao đao.

Một buổi trưa nọ, Lan bị một cơn nhức đầu nhẹ nên giao việc cho người quản lý rồi lái xe về nhà nằm nghỉ. Về đến nhà, Lan uống một ly nước lạnh, bật máy điều hoà lên, mở nhạc hoà tấu nhè nhẹ và ngủ thiếp đi trong căn phòng rộng lớn, im ắng. Giấc ngủ trưa bất ngờ nhưng thật sâu, đủ để làm cho Lan có một giấc chiêm bao ngắn. Trong mơ, Lan thấy anh Trân, nét mặt vui vẻ hơn mọi lần. Anh không nói với Lan lời nào cả mà chỉ nắm lấy tay Lan, kéo Lan lướt qua những ngọn đồi thông bát ngát mà Lan chưa lần nào đến trong đời. Rồi Lan tỉnh giấc. Cơn nhức đầu đã tan biến. Hình ảnh của giấc mơ êm ái làm tâm hồn Lan ấm áp. Nhưng đồng thời, một nỗi cô đơn lạ lùng nào đó cũng chợt dâng lên trong lòng Lan.

Thốt nhiên, Lan nhớ đến Joe và tấm danh thiếp đêm nào. Lan vùng dậy, chạy đến cái ví, lục lọi một hồi và thở phào nhẹ nhõm khi thấy nó vẫn còn đó. Đây là lần đầu tiên Lan đọc tấm danh thiếp. Trên đó, Lan thấy dòng chữ "Joseph Campbell, CEO – Microchip Corporation, Inc." và bên dưới là địa chỉ email cùng số điện thoại. Lan giật mình nhớ lại món nợ cà-phê mình chưa trả. Trời đất, đã mấy tháng qua rồi! Vậy mà đêm đó mình dám hùng hồn tuyên bố là cả đời mình chưa hề nợ ai! Thế là Lan vớ lấy cái điện thoại và vội vã bấm số. Sau vài tiếng reng, bên đầu dây kia là giọng nói của người đàn ông tốt bụng đêm nào:

"Hello. Microchip Corporation. This is Joe. How may I help you?"

"Mr. Campbell," Lan hồi hộp nói, "Maybe you don't remember me. But this is Lan, the one who owed you way more than a cup of coffee the other night at Starbucks."

"Of course I remember you," giọng Joe ròn rã trong điện thoại, "and please call me Joe, OK? I never expected that you would call me!"

"Why?" Lan nhíu mày, "Because you didn't think I remembered my debt?"

"Oh, no," Joe vội đáp, "I'm really sorry. That just didn't come out right. I did not mean it like that. I meant I was very pleasantly surprised that you called."

"When and where can we meet so I can..." Lan ngập ngừng nói.

Joe đỡ lời:

"... So we can catch up and have a good chat, right? Well, I've been thinking of a nice restaurant in Orange, if you're OK with it, too."

o O o

Nói tới đây, Lan ngó qua Joe một cách trìu mến và quay lại bảo tôi:

"Nói theo tiểu thuyết Mỹ, câu chuyện Lan kể cho Huy nghe tới chỗ đó là mình có thể kết thúc bằng câu '... and the rest is history!'"

"Vậy Ngọc Lan cho ông này mấy điểm trên mười?" Tôi "phỏng vấn" lẹ.

"Chín điểm," Ngọc Lan trả lời không đắn đo.

"Còn anh Trân?"

"Bảy điểm!"

"Chênh lệch dữ vậy sao?" Tôi ngạc nhiên thật sự, "Lý do?"

"Ông này hiểu Lan ghê lắm," Ngọc Lan trả lời, "Nói ra thì sợ vong linh của anh Trân buồn, chứ thật tình từ trước tới giờ chưa có ai tỏ ra hiểu Lan như ổng. Ổng có thể ngồi hàng giờ để nghe Lan tâm sự, không phải giả vờ chú ý nghe đâu, mà còn hỏi lại những câu chứng tỏ là ổng quan tâm thật sự."

Tôi ngó thẳng Ngọc Lan:

"Cái này tôi nói thật lòng với Lan nghe. Tôi nghĩ Lan nên giữ như vầy đi mà hay hơn. Cứ làm bạn với nhau, rồi nhà ai nấy ngủ, quần áo ai nấy giặt, vậy mà vui hơn!"

"Lan cũng nghĩ y như Huy nói vậy," Ngọc Lan thở dài, 'Huy biết không, Lan thương ổng lắm, nhưng Lan cũng quý tự do của mình không kém. Với lại Lan cũng chưa thấy mình ready chút nào. Anh Trân mới mất có hai năm thôi."

"Còn phần ông ta thì sao?"

"Khỏi phải nói. Ổng đòi cưới Lan hoài. Mấy đứa con của ổng cũng như hai đứa con của Lan cũng đều ủng hộ chuyện này hết mình."

Tôi đăm chiêu:

"Kể ra cũng không fair cho ông ta, phải không Lan? Ông ta lớn hơn Lan nhiều mà bắt ổng đợi như vậy thì tội quá. Nếu hai người bằng tuổi nhau thì chẳng ai thiệt thòi hơn ai cả. Tôi thấy cũng khó cho Lan thật."

"Đúng vậy đó Huy," Ngọc Lan gật đầu, "Ổng thiếu điều muốn lo hết cho Lan mọi mặt về tài chính, nhưng Lan nhất định không chịu. Lan chỉ bằng lòng nhận quà sinh nhật và Giáng Sinh thôi, ngoài ra thì Lan không muốn nhận thứ gì khác nữa. Lan nói với ổng là tình yêu của ổng dành cho Lan đã quá đủ rồi. Lan có sự nghiệp riêng của Lan, không cần nhờ vả ai cả."

Đoạn cô nhún vai:

"Thôi, chắc tới đâu hay tới đó. Vui được ngày nào hay ngày nấy, phải không Huy?"

Trên sân khấu, một cô bạn ngày xưa học trường tây đang trình bày bài *"Le Temps de l'amour"* mà Françoise Hardy vẫn thường hát. Ngọc Lan níu tay Joe, tình tứ nói:

"Let's dance, honey!"

Đang ngồi chán chường, Joe tươi ngay nét mặt, vui vẻ dìu Ngọc Lan ra "sàn nhảy" trước sân khấu. Cả hai cùng dập dìu theo tiếng nhạc bên cạnh những cặp khác. Còn lại tôi một mình bên chiếc bàn ngổn ngang thức ăn, ly tách. Thảo Phương chợt đi ngang qua thấy tôi:

"Ông Huy ngồi một mình hả? Phương ngồi đây nói chuyện cho vui nghe?"

"Ừ, Phương ngồi đây chơi đi!" Tôi vui vẻ đáp.

Nếu Thuỳ Hương, chủ nhân của buổi tiệc hôm nay là bạn của bạn tôi, thì Thảo Phương là bạn của bạn của bạn tôi, vì trước đây chúng tôi chưa bao giờ biết nhau lúc còn ở Nha Trang cả. Tuy nhiên, có những người bạn mới quen qua những người bạn cũ mà chỉ qua một vài lời trao đổi, ta có thể thấy được nhiều điểm đồng cảm đầy thú vị. Trước đây tôi có gặp Thảo Phương vài lần trong những cuộc hội ngộ khác nhưng chỉ chào nhau mà chưa bao giờ có dịp nói chuyện. Đây là lần đầu tiên chúng tôi trò chuyện với nhau. Cả hai cùng ôn lại những cảnh cũ ở Nha Trang ngày xưa, nhắc đến những người bạn mà chúng tôi cùng biết. Thảo Phương nói chuyện thật điềm đạm, tự tin và thật đáng mến. Đúng là "tha hương ngộ... đồng hương"! Chúng tôi thấy thật gần gũi với nhau vì có chung một thành phố ngày xưa. Nguyệt Cầm, một cô bạn khác cũng ghé xuống ngồi nói chuyện với chúng tôi. Trong chốc lát, tôi bỗng thấy mình không còn lẻ loi như trước nữa.

Đêm càng về khuya, những lời ca, tiếng hát trên sân khấu càng nồng nàn, sâu lắng. Hết "ca sĩ" này đến "ca sĩ" khác lần lượt lên khoe giọng hát. Từ khi có karaoke đến giờ tự dưng ai cũng hát hay hẳn lên. Chúng tôi tha hồ thưởng thức những bài hát gợi lại một thời vàng son xưa cũ, nào là *"Nha Trang"* của Minh Kỳ, *"Mùa Đông Của Anh"* của Trần Thiện Thanh, *"How Can I Tell Her"* của Lobo, vân vân và vân vân. Cao hứng, tôi nhờ cô bạn mới hát xong bài *"Le Temps de l'amour"* lên ghi tên với ban nhạc cho tôi hát góp vui một bài. Khi bài hát trên sân khấu vừa chấm dứt trong tiếng vỗ tay, cô ca sĩ trong ban nhạc giới thiệu tên tôi. Tôi tạm rời Phương Thảo và Nguyệt Cầm để lên "sân khấu". Cầm lấy micro, tôi ngỏ lời muốn tặng bài hát *"Tous les garçons et les filles"* cho ba cô bạn có chung ngày sinh nhật và tất cả mọi người, kèm theo lời chúc sinh nhật bằng tiếng tây cho oai: "Bonne anniversaire!" Trong lúc hát, tôi để ý thấy Ngọc Lan và Joe vẫn còn say sưa khiêu vũ trong đám đông trước mặt tôi.

Hát xong bài, tôi cúi chào và thấy một số người đang lục tục ra về. Tôi cũng muốn về theo nên ghé lại bàn cũ và nói lời chào Thảo Phương cùng Nguyệt Cầm. Thuỳ Hương và Mỹ Trang đưa một nhóm bạn và tôi ra đến cửa. Lúc ấy, một người nào đó bắt đầu trình bày bản *"Bésamé mucho"* bằng tiếng Pháp. Tôi chắc sau lưng tôi Ngọc Lan và Joe vẫn tiếp tục khiêu vũ với bài hát này và tiếc rằng không có dịp chào tạm biệt Ngọc Lan. Lời hát của bài này bằng tiếng Pháp khá hay nhưng không thấm thía bằng bản gốc của nữ nhạc sĩ người Mễ Tây Cơ, Consuelo Velázquez. Tôi nghĩ lời ca bằng tiếng Tây Ban Nha có lẽ phù hợp với tâm sự của Ngọc Lan đêm nay hơn, *"Bésame, bésame mucho/Como si fuera esta noche la última vez."* Hãy hôn em đi. Hãy hôn em thật nhiều. Như thể đêm nay là đêm cuối cùng.

Từ giã và cám ơn Thuỳ Hương cùng Mỹ Trang xong, tôi bâng khuâng bước ra giữa trời khuya lạnh ngắt. Tôi mường tượng ra Ngọc Lan vẫn còn đang âu yếm tựa đầu vào vai Joe trong giai điệu trữ tình và lời ca u uất của bài hát. Tôi tưởng tượng rằng Ngọc Lan muốn bài ca này không bao giờ chấm dứt, hay đêm nay sẽ không bao giờ tàn. Để Ngọc Lan không phải đối diện với những buổi sớm mai kế tiếp, khi câu hỏi vẫn từng ngày làm cô ray rứt, chẳng biết mình có nên nối lại cung đàn đã lỡ hay không?

Tôi lên xe, mở máy và đạp ga. Xe lướt đi dưới trời đêm đầy sao vùng Anaheim Hills. Trong đầu tôi vẫn còn váng vất câu chuyện của Ngọc Lan và âm điệu của bài *"Bésamé mucho"* diễm lệ.

NGÀY XUÂN MỪNG TUỔI

Chiếc xe đò nhỏ lừ đừ chạy vào bến vắng đang thiu thiu ngủ dưới ánh nắng đã lợt màu của chiều ba mươi Tết. Đây là chuyến xe cuối cùng trong ngày, trong tháng, trong năm cũ. Bến xe vắng hoe. Giờ này còn ai ra đây làm gì nữa. Tiếng xe thắng mạnh trước khi ngừng hẳn lại khiến một vài hành khách đang ngủ vật vờ giật mình choàng tỉnh dậy. Ai nấy đều đứng cả lên, quơ tay lấy hành lý và lục tục ra khỏi xe.

"Bà con ăn Tết vui vẻ nghen," người tài xế nói, giọng cũng hân hoan như chính hai chữ anh ta dùng. Vài người gật gù nói câu chúc Tết lại với anh. Đám hành khách tản mát thật nhanh trên bến, chỉ còn lại người tài xế đang dựa vào thành ghế, châm điếu thuốc, rít một hơi dài sảng khoái, và Tuấn Vinh.

"Ủa, chưa chịu về nhà sao, anh bạn? Năm cùng tháng tận rồi!" Anh tài xế chợt nhận ra mình không phải là người duy nhất còn lại trên xe. Tuấn Vinh chưa kịp trả lời thì anh đã nói tiếp, "Ngó anh không thấy quen à nha. Anh ở miệt khác về đây chơi hả?"

Tới lúc đó, Tuấn Vinh mới thong thả đứng lên. Khoác cái ba-lô lên vai, anh vừa ra khỏi xe vừa trả lời người tài xế:

"Tôi là dân Võ Thiện chính gốc đây. Tôi đi làm ăn xa mấy năm nay không về thăm nhà, còn chắc anh mới lái xe lóng sau này nên mình không biết nhau đó thôi," Tuấn Vinh vẫy tay chào anh tài xế, kèm theo lời chúc Tết, rồi lững thững bước ra khỏi bến xe đìu hiu ngày cuối năm. Bất giác, trong đầu anh vang vang mấy câu hát, *Bao năm sống xa quê nhà/Cuộc đời phiêu lưu với nắng mưa/Nhìn về quê xưa/Biết bao niềm thương chan chứa...** Anh mỉm cười một mình, lẩm nhẩm lại câu hát, tự nhủ—"Mình phải xin phép tác giả sửa lời lại một chút cho thích hợp với hoàn cảnh bây giờ là... *Về lại quê xưa/Biết bao niềm thương chan chứa.*"

Niềm thương bây giờ nghe chan chứa thiệt, và cả nỗi áy náy đã xa nhà quá lâu giờ mới về ăn Tết. Mới đó mà đã mười năm trời. Mười năm, mười lần Tết tới, lần nào anh cũng hẹn với mình là cố xếp đặt công việc để về thăm nhà. Nhưng việc cứ chồng việc, và ngày tháng thì cứ trôi qua. Cho tới gần đây, chuyện làm ăn của anh gặp hồi suy giảm, anh đã buộc lòng phải bán đi cơ sở thương mại đã gầy dựng bằng mồ hôi nước mắt của mình trong bao nhiêu năm qua. Mỉa mai một điều là bây giờ, Tuấn Vinh mới có thì giờ để nhớ tới gia đình, để về quê ăn Tết. Anh thấy mắc cỡ với chính mình lắm, nhưng trễ tràng còn hơn không, anh tự an ủi mình như vậy.

Con đường làng quen thuộc đang lần lần mở rộng ra trước mắt anh. Làng quê cũng không thay đổi gì mấy kể từ ngày anh ra đi. Vài đứa nhỏ đang chơi đùa đưa mắt tò mò ngó người lạ. Anh nheo mắt nhìn lại chúng nó, rồi thả tầm mắt ra khoảng ruộng xanh rờn hai bên đường, bát ngát tới ngút ngàn, hít một hơi dài rồi thở hắt ra, tuồng như muốn thả bay đi hết những tháng năm xa nhà vừa qua, mà giờ đây chỉ còn lại trong trí nhớ anh như một giấc chiêm bao dài.

Chiếc ba-lô trên lưng đong đưa theo nhịp bước đều của anh. Trong đó, ngoài mấy bộ quần áo—của cải còn lại của anh sao bao năm làm lụng—là những món quà anh chắt chiu mang về cho cả nhà. Hai chuỗi hột sen Huế cho má nấu chè, một hộp trà ướp bông lài cho ba, xấp lụa Mỹ Á cho

Tường Hoa và một món đồ chơi cho Bảo Huy, đứa cháu duy nhất của anh. Tuấn Vinh hít thêm một hơi dài nữa, lồng ngực anh nở to ra, tràn trề mùi hương lúa và nỗi phấn chấn vừa đến bất ngờ.

Căn nhà ngói đỏ, ba gian, hai chái ngày nào nhìn không thay đổi mấy, tuy lớp vôi trắng trên vòng thành trước nhà đã có nhiều chỗ loang lổ, còn cây vú sữa trên sân—mà ba thường nói là còn lớn tuổi hơn cả Tuấn Vinh—giờ đây đã nghiêng nhiều về phía bên trái. Nhưng nhìn lại khung cảnh xưa, anh vẫn thấy tràn trề những cảm xúc mà lâu rồi anh đã đánh mất. Con Vện đang nằm lơ mơ trước hiên nhà, nghe động, đứng lên cất tiếng sủa vang. Nó chạy đến người khách lạ, đánh hơi, nhưng rồi như thấy lại một điều gì quen thuộc, nó cúp hai tai, ngoe ngẩy đuôi, kêu gư gư vài cái và chạy vào nhà, ý chừng muốn báo với chủ có người mới ghé. Mùi thơm của xôi vừa chín tới từ trong bếp thoang thoảng toả ra khi anh bước qua ngưỡng cửa.

"Tuấn Vinh!" giọng má nghèn nghẹn, nhưng không ngăn nổi niềm vui đang trào dâng, bà ngạc nhiên khôn tả. Tuấn Minh tiến tới gần, thổn thức ôm má vào đôi cánh tay rắn chắc của mình. Thân hình má dường như nhỏ hơn ngày trước, tóc má bạc thêm nhiều, nhưng vòng tay má siết vẫn còn chặt lắm. Từ cái ghế gỗ trầm hương, ba từ từ đứng dậy, bước chân ông khoan thai nhưng nụ cười rộng mở. Ông ghì lấy hai vai Tuấn Vinh, nhờ cử chỉ thay cho lời nói. Dưới bếp, Tường Hoa—em gái anh—chạy ào lên, hai tay còn dính đầy bột làm bánh—cô nhăn mặt như có ý hờn trách anh sao lâu rồi không về, tuy không giấu được nụ cười ấm áp.

"A, cậu Vinh về, cậu Vinh về!" Bảo Huy chạy lên theo mẹ, giọng ròn rã đón mừng.Tuấn Vinh như chới với giữa những vòng tay, tiếng cười và lời chào thân ái. Cả gian nhà bừng dậy với khung cảnh và hương vị Tết tràn trề: Mùi bánh trái thơm phức, cành mai đang chúm chím những nụ hoa sắp nở, bàn thờ tổ tiên lung linh ánh đèn cầy, ngát hương nhang trầm, và tiếng nói cười rộn rã mà dường như lâu lắm rồi mới nghe lại được. Tuấn Vinh buông thả hết những cảm xúc dạt dào, pha trộn giữa nỗi nhớ nhà dồn nén lâu nay, xen với niềm ân hận đã đánh mất bao nhiêu năm tháng mới có lại được những giây phút này.

Sau bữa cơm tối đoàn tụ đêm cuối năm, khi mọi người đang thưởng thức tách trà bông lài thơm ngát, ba lẳng lặng đi vào phòng trong, một lúc sau mới trở ra. Ông cầm trên tay một cái hộp gỗ chạm trổ tỉ mỉ mà Tuấn Vinh chưa bao giờ thấy. Các góc cạnh của hộp đã sờn cũ, nhưng hình con rồng uốn lượn khắc trên nắp hộp ngó vẫn thật sống động dưới ánh đèn măng-sông. Đặt cái hộp xuống bàn, trước mặt Tuấn Vinh, ba nói:

"Cái hộp này là của ông nội con. Ông dặn ba trao lại cho con khi đúng thời điểm."

Tuấn Vinh ngồi sững trong giây lát. Ký ức của anh về ông nội nhiều nhất chỉ là lúc anh còn nhỏ. Anh vẫn còn giữ tấm hình anh mặc áo dài Tết, đang khóc đòi cái gì đó, còn ông nội thì cố giữ anh lại trong vòng tay. Lớn lên, anh ra tỉnh học, rồi sau này đi làm ăn, ít khi về nhà. Ông nội trở thành một cái bóng mờ, âm thầm lui về phía sau, và những nhân vật khác trong nhà anh cũng mờ đi, phai lạt theo những tháng năm anh không còn về thăm nhà nữa. Ngày ông mất, anh chỉ kịp về đưa đám, rồi lại lật đật quay về trên tỉnh. Trong cả một thời gian dài, Tuấn Vinh chỉ sống với chính mình, với công việc làm ăn—còn gia đình, đối với anh, chỉ là một ý nghĩ làm anh luôn thấy ray rứt.

Cả nhà cùng ngồi im lặng theo Tuấn Vinh, mang một thắc mắc chung, không biết trong hộp có gì. Ba nhắc:

"Con mở hộp ra đi!"

Tuấn Vinh giựt mình, đưa tay mở nắp hộp một cách máy móc. Bên trong hộp là một chồng phong bao đỏ mừng tuổi đã bạc màu, cột lại thành một xấp bằng sợi dây vải. Anh rút một bao ra, vừa hồi hộp mở, vừa cố nói giọng bông đùa để giữ bình tĩnh:

"Í cha, ông nội muốn mừng tuổi ráp-ben cho con hay sao mà dặn ba phải để dành bao nhiêu cái phong bao vầy nè!"

Nhưng trong bao không có những tờ giấy bạc mới như Tuấn Vinh và mọi người tưởng. Chỉ có một mảnh giấy với nét chữ nắn nót, rắn rỏi của ông nội. Và bao nào cũng như bao đó, chứa đựng những lời chúc, những ước mong hay những câu khuyên bảo của người ông mà Tuấn Vinh chỉ biết nhiều trong thời thơ ấu ngắn ngủi.

Mảnh giấy trong bao đầu tiên viết: *"Gia đình, trước sau gì cũng vẫn là nơi tâm hồn con tìm được sự yên tĩnh."*

Ông nội là nhà giáo. Ông vừa biết chữ Nho, vừa thông tây học, lại vừa giỏi chữ Nôm, chữ Quốc Ngữ. Ông đọc sách nhiều, văn hay chữ tốt, trong làng cũng biết. Các câu đối ngày Tết treo trong nhà đều do ông thảo ra, khi thì bằng chữ Nho, lúc thì bằng chữ Nôm, chữ nào cũng có nét như rồng bay phượng múa.

Mắt anh nhoè đi khi đọc những dòng chữ của ông nội. Anh cảm thấy như ông đang ngồi trước mặt, bằng giọng nghiêm nghị nhưng trìu mến, nói với anh những lời lẽ sâu lắng đó. Hoá ra trong những năm tháng dài anh xa nhà, Tết nào ông cũng cặm cụi viết những câu như vậy để bỏ vào từng phong bao mừng tuổi. Tình thương thầm lặng của ông gói ghém hết trong những cái bao màu đỏ này.

Trong một bao khác, Tuấn Minh đọc được những dòng chữ sau, *"Thành công của con chỉ được trọn vẹn khi con san sẻ với gia đình."*

Lúc anh còn bần thần nghĩ ngợi, Tường Hoa—ngồi kế bên anh—khẽ đặt tay lên vai anh, nhẹ nhàng nói:

"Ở nhà cũng được nghe phong thanh về công việc làm ăn không xuôi chéo mát mái của anh. Nhưng anh đừng lo gì nữa. Lâu nay em đã dành dụm được một số vốn, định mở một nông trại nhỏ chăn nuôi gia súc để bỏ mối cho các chợ quanh vùng. Em mong là anh sẽ giúp trông coi chuyện làm ăn này. Ông nội vẫn thường nói là anh rất thích hợp với những việc như vầy. Cả nhà không thể cáng đáng được mọi thứ nếu thiếu anh."

Tuấn Vinh nhìn em gái, rồi nhìn qua ba má, nét mặt người nào ngó cũng như khẩn khoản mong anh trở về, dừng bước phiêu linh và cùng vui sống những tháng ngày sắp tới với gia đình. Thời gian vừa qua, anh đã bôn ba đi tìm những cơ hội, những may rủi ở đâu đâu. Bây giờ, so với khoảnh khắc này, tất cả bỗng trở nên vô nghĩa trước lời mời gọi chân tình của Tường Hoa, cùng ánh mắt tha thiết của ba má, để anh không những chỉ trở về mà còn được dịp gắn bó với gia đình từ nay về sau.

"Lần này anh sẽ về nhà luôn," Tuấn Vinh nói, giọng nhỏ nhẹ mà cương quyết, "Anh sẽ phụ em một tay. Anh muốn bù đắp lại những gì chúng ta đã mất đi trong bao nhiêu năm qua."

Bảo Huy ngây thơ kêu lên:

"A, cậu Minh ở nhà, không đi đâu nữa há má?"

Mọi người cùng cười xoà, phá tan không khí nặng nề từ nãy giờ. Má ứa nước mắt, không nói gì. Còn ba lại đặt tay trên vai anh, lần này với sự hãnh diện không diễn tả bằng lời. Tường Hoa cười rạng rỡ, chưa gì cô đã mơ màng mường tượng ra cảnh hai anh em tíu tít làm việc với nhau, với đàn gà đang tục tác, đàn vịt kêu quang quác, hay đàn heo ủn ỉn đòi ăn.

Ngoài kia, hàng loạt pháo đón giao thừa bỗng thi nhau nổ vang rền. Má và Tường Hoa tất bật chạy xuống nhà bếp bưng lên những món ăn đã nấu sẵn để chuẩn bị cúng rước ông bà. Ba đứng dậy, tiến tới bàn thờ, trịnh trọng châm lửa vào hai cây đèn cầy lớn và đốt mấy nén nhang. Hai ngọn lửa lung linh và mùi nhang thơm ngát toả ra khắp gian phòng thờ. Má, Tuấn Vinh, Tường Hoa và Bảo Huy cung kính đứng sau lưng ba. Mọi người cùng vái ông bà, xin cho đầu năm mới được nhiều bằng an, thuận lợi. Tết đã thật sự trở về.

Bảo Huy thấy hai mắt muốn díp lại, nó chồm người lên hun vô má Tường Hoa một cái rồi tự động đi vô trong buồng ngủ. Nhưng những người lớn lại bắt đầu một đêm không ngủ hiếm có. Trong tiếng pháo Tết vang rền và mùi hương xuân ngào ngạt, bốn người trở lại bàn để Tuấn Vinh mở tiếp các phong bao đỏ còn lại. Mọi người chuyền cho nhau những mẩu giấy bên trong, lặng lẽ đọc những lời tâm huyết của ông nội dành cho đích tôn, đặc biệt là lời chúc Tết ông viết trong phong bao cuối:

"Mừng Tuấn Vinh có thêm một tuổi mới, tuổi vừa chín chắn để thấm thía được mối dây ràng buộc thiêng liêng giữa cá nhân và gia đình."

---

* *Trở Về Huế* (1953) – Văn Phụng

CHUYỆN HAI LOÀI HOA

Sân trường nhà thờ Thánh Tâm vang lên những tiếng nói cười, la hét rộn rã của các em nhỏ vừa học xong các lớp Việt ngữ cuối tuần. Tôi loay hoay thu xếp sách vở và bước ra ngoài cùng với các em. Vừa ra đến cửa lớp, tôi thấy cô Thư Hương, hiệu trưởng của trung tâm Việt ngữ Thánh Tâm cũng vừa bước đến. Chúng tôi cười nhẹ và chào nhau bằng ánh mắt. Không ai bảo ai, cô Thư Hương và tôi cùng bước đi song song, mắt nhìn chừng các em học sinh đang vừa nô giỡn, vừa xem chừng cha mẹ mình đến chưa.

Đến một chiếc ghế đá trống bên cạnh nhà thờ, cô Thư Hương bảo:

"Thầy Chính ngồi xuống đây một chút. Bây giờ là lúc chúng ta có quyền nghỉ ngơi trong một thời gian, phải không thầy?"

Tôi mỉm cười ngồi xuống, mắt vẫn nhìn các em học sinh. Cô Thư Hương cũng ghé ngồi bên cạnh tôi. Tiếng nói cười của các em nhỏ dần theo từng chiếc xe của cha mẹ đang chở các em rời bãi đậu xe, trở về với những sinh hoạt riêng của gia đình. Cuối cùng, khu nhà thờ trở lại êm ắng dưới ánh nắng vẫn còn gay gắt của buổi trưa.

Cô Thư Hương nói:

" Vậy là lại kết thúc một niên học rồi! Tuần sau chúng ta sẽ làm lễ mãn khoá và phát phần thưởng cho các em. Mới đó mà thầy Chính đã dạy ở đây được hai năm. Mau quá thầy hả? Cám ơn thầy đã giúp chúng tôi trong thời gian qua nhé!"

Tôi cười đáp:

"Dạ, có gì đâu. Tôi phải cám ơn cô đã cho tôi cơ hội được dạy ở đây mới phải chứ. Tôi rất vui được có dịp đóng góp vào công việc chung này, cô Hương à."

Cô Thư Hương hỏi:

'Thầy mới vào dạy ở đây thôi, nhưng hình như thầy qua Mỹ cũng khá lâu rồi phải không?"

"Dạ, mới đó mà cũng được tám năm rồi đó cô. Chúng tôi phải lo đi học lại, kiếm việc làm, ổn định cuộc sống rồi mới có thể bắt đầu sinh hoạt cộng đồng như bây giờ."

Cô Thư Hương cười nhẹ:

"Ai thì cũng vậy thôi. Thế thì bây giờ gia đình thầy cũng vui vẻ rồi, rồi còn giúp việc chung như thế này là quý hoá lắm còn gì!"

Vui vẻ? Tôi thầm nhủ. Cô Thư Hương nói đúng, nhưng chỉ một phần thôi. Tự dưng lời nói của cô và bầu không khí của một sân trường ngày cuối khoá đã gợi lại cho tôi, thật nhanh, những hình ảnh quá khứ khi tôi còn ở Việt nam. Tất cả loé sáng lên như một khúc phim với đầy đủ những chi tiết nhỏ nhặt chưa thể phai mờ.

o 0 o

Cuối năm 1981, lúc thiên hạ đang tất bật sắm Tết âm lịch lại là lúc cuộc sống của tôi đi vào khúc quanh buồn thảm nhất. Tin về chuyến tàu vượt biên của Hoàng Lan đã bị mất tích đưa đến cho tôi như một bản án khắc nghiệt và lạnh lùng. Đêm đưa ông Táo về trời, Hoàng Lan đến chia tay tôi.

Tôi phải gắng giữ thái độ thật bình thản để Hoàng Lan can đảm ra đi. Cô cố giấu những giọt nước mắt, nói rằng vì gia đình mà phải rời xa tôi. Hoàng Lan nói:

"Anh có nghĩ là sẽ có một dịp nào đó anh cũng có cơ hội vượt biên để chúng mình còn gặp lại nhau không?"

Tôi cười buồn:

"Dịp nào hở Hoàng Lan? Gia đình anh lo ngày hai bữa chưa xong, còn dám nghĩ đến chuyện gì khác."

Nắm lấy bàn tay nhỏ nhắn của Hoàng Lan, tôi an ủi cô:

"Em cứ yên tâm mà đi. Cầu xin ơn trên che chở cho em và gia đình vượt thoát bình an. Anh rất tin tưởng nơi số mệnh. Nếu hai đứa mình thật có duyên nợ với nhau thì anh nghĩ dù ở chân trời góc bể nào mình cũng sẽ tìm lại nhau mà."

Thế rồi Hoàng Lan ra đi. Còn tôi ở lại, trong bầu trời rộn ràng của mùa xuân sắp đến. Cuộc sống hằng ngày đã khốn khổ, giờ tôi còn vương thêm một nỗi buồn mênh mang không cùng. Sầu nước, buồn nhà, thương thân, tôi chả thiết làm gì nữa.

Tôi chỉ còn biết một điều duy nhất là cầu nguyện cho Hoàng Lan và gia đình vượt qua những hiểm nguy của biển cả để đến bến bờ tự do. Ngày nào tôi cũng đạp xe ngang nhà người có dính líu đến tổ chức vượt biên để ngóng tin, nhưng lần nào cũng thất vọng nhận được cái lắc đầu kín đáo, nhè nhẹ của người đàn bà ngồi trên chiếc xích đu trước hiên nhà.

Một tháng, rồi hai tháng, rồi năm, sáu tháng, chuyến tàu của Hoàng Lan vẫn biệt vô âm tín. Nỗi buồn của tôi bây giờ đã bị thay thế bằng một nỗi lo sợ lẫn tuyệt vọng. Tôi lén tiếp xúc với người trong căn nhà đó và được họ cho biết rằng những người tổ chức có hứa là sẽ liên lạc ngay khi đến một trong những trại tị nạn ở Đông Nam Á. Thời gian đã quá lâu rồi mà không có tin tức đưa về, ắt là có sự chẳng lành. Tôi thẫn thờ quay về. Đi ngang đường biển lộng gió chiều, tôi dừng lại, chầm chậm dắt chiếc xe đạp xuống bãi cát. Tôi để chiếc xe nằm xuống bãi, ngồi bó gối nhìn mãi ra tít ngoài khơi. Biển xanh màu rờn rợn. Biển mở rộng ra đến mãi tận nơi nào. Biển cả đã làm gì Hoàng Lan của tôi?

Ngày Hoàng Lan ra đi, tôi đã mất cô một lần. Bây giờ, nếu có gì xảy đến cho Hoàng Lan, tôi phải mất cô lần thứ hai hay sao? Gió biển hắt vào mặt tôi, mang hương vị của trùng dương thơm mát. Tôi liếm môi, nghe vị mằn mặn. Đó là vị mặn của đại dương hay vị mặn của một giọt nước mắt nào vừa lăn xuống?

Rồi thời gian trôi qua. Nỗi buồn trong tôi hoá thân thành những hình thù khác nhau, ăn mòn, gặm nhấm con người tôi. Cuối cùng, nỗi buồn trở thành một phần câm nín, sâu kín trong hồn tôi. Tôi tiếp tục sống, tiếp tục những công việc tẻ nhạt thường ngày. Xin được vào thư viện thành phố, tôi trở thành quản thủ thư viện trong phòng đọc sách ngoại ngữ. Những cuốn sách trở thành những người bạn thân im lặng của tôi, vỗ về tôi, thì thầm với tôi trong không khí êm ả, lặng lờ của thư viện. Thoạt đầu những người đến đọc sách đối với tôi như những chiếc bóng mờ. Họ đến hỏi tôi về cuốn sách này, cuốn tạp chí nọ. Rồi họ ngồi đọc lặng lẽ ở bàn hay mượn mang về nhà. Có lẽ đối với họ, tôi cũng chỉ là một cái bóng. Tôi trả lời những câu hỏi của họ, đầy đủ, nhẹ nhàng và lịch sự, và không thêm một chút gì vào những câu trả lời đó nữa. Thái độ chừng mực của tôi dường như dựng nên một bức tường vô hình giữa tôi và họ nên cũng không ai muốn phá vỡ đi làm gì.

Nhưng cũng có vài chiếc bóng xuất hiện đều đặn hơn những chiếc bóng khác. Và có một chiếc bóng xuất hiện đều đặn nhất. Chiếc bóng này luôn luôn đến vào mỗi chiều thứ Sáu, không thật đúng vào một giờ giấc nào, nhưng thường là lúc chiều nhạt nắng. Chiếc bóng thích đọc những tạp chí tiếng Pháp và luôn luôn ngồi sát dãy lan can nhìn xuống tầng một. Chiếc bóng đó xuất hiện đều đặn đến nỗi từ từ nó đã biến thành con người bằng xương bằng thịt, làm cho tôi bắt đầu chú ý đến. Đó là một cô gái độ đôi mươi. Cô chỉ đọc tạp chí hay sách tiếng Pháp chứ không đọc thứ tiếng nào khác, mặc dù trong phòng đọc ngoại ngữ của tôi còn có đủ loại tạp chí, sách báo tiếng Anh, tiếng Đức, tiếng Nga tiếng Tây Ban Nha, v.v. Mỗi chiếc bóng đến thư viện đều có một cái tên, nhưng tôi không nhớ hết. Nhưng từ khi chiếc bóng độc đáo này đã hoá thành thật, tên cô bắt đầu ghi vào trí nhớ của tôi. Khi cô chìa thẻ thư viện cho tôi xem, tôi đọc thấy tên: Hồng Liên. Bỗng dưng tôi liên tưởng đến tên của Hoàng Lan.

Tôi lặng lẽ đưa cho cô cuốn tạp chí Paris Match số mới nhất. Cô lại đến ngồi đọc ở chỗ thường lệ. Từ lúc ấy, tôi cứ lan man nghĩ đến hai cái tên. Thật là một trùng hợp ngộ nghĩnh. Hai cái tên có hai chữ đầu giống nhau, chữ đầu mang dấu huyền và chữ sau cũng không dấu, và đều là tên của hai loài hoa. Thật ra, chính "chiếc bóng" không làm tôi chú ý bằng cái tên của cô. Hồng Liên cũng trầm lặng như tôi, có vẻ như chìm đắm vào một thế giới nào khác hơn cái thư viện lặng lẽ này. Tôi cũng muốn tôn trọng sự riêng tư đó của cô, cũng như cô và các độc giả khác lâu nay vẫn luôn tôn trọng thế giới riêng của tôi. Vì vậy, ngoài việc cô đã từ một chiếc bóng hoá ra thành người thật có tên tuổi hẳn hòi, không có gì khác lạ xảy ra trong phòng đọc ngoại ngữ này cả.

Cho đến một hôm, một trong hai người đã phá vỡ bức tường vô hình đó. Hồng Liên cầm tờ Paris Match quen thuộc đến bàn tôi ngồi và hỏi:

"Xin lỗi anh, anh biết tiếng Nga phải không? Tôi đang đọc bài báo này, có một chữ phiên âm từ tiếng Nga mà không hiểu được. Nhờ anh giúp nhé."

Không hiểu sao, đó là lần đầu tiên từ khi vào làm ở thư viện, tôi đâm ra nhiều lời hơn thường lệ trong câu trả lời của mình. Tôi mỉm cười nói:

"Tôi phải biết tiếng Nga chứ cô, vì đó là điều kiện để được vào làm ở phòng đọc ngoại ngữ này mà."

Hình như Hồng Liên không để ý đến câu nói mà thể bị hiểu là khoe khoang của tôi. Cô thản nhiên mở đến trang báo có bài đang đọc, đưa cho tôi xem. Tôi ghé nhìn vào rồi chậm rãi nói:

"À, chữ *glasnost* * này là một chữ Nga cũ mà ông Gorbachev dùng với ý nghĩa mới là 'công khai, minh bạch' cô ạ."

Tôi định hỏi Hồng Liên cô học tiếng Pháp ở đâu, thì Hồng Liên đã nói cám ơn tôi và trở về chỗ cũ. Tôi có thể hỏi với theo cô được, nhưng nghĩ sao lại thôi. Trong lòng tôi tự dưng vẫn còn cảm giác khó chịu vì không hiểu tại sao mình lại có thể phản bội chính sách làm thinh của mình từ bấy lâu nay mà đâm ra nhiều lời, ba hoa như vậy. Đáng lẽ khi được hỏi, tôi chỉ cần xác định là đủ rồi. Tôi buồn rầu sửa lại thế ngồi, tiếp tục chìm đắm vào thế giới riêng của mình, trong lúc những chiếc bóng tiếp tục đến, đi, qua lại trước mặt tôi, cũng lặng lẽ rời những cuốn sách, những bàn ghế và toà nhà thư viện im lìm để ra về trong nắng chiều đã sắp tắt.

Chiều thứ Sáu lại đến. Hình như tôi có chờ đợi một điều gì. Hình như tôi có chờ đợi một ai. Và hình như tôi không muốn xác nhận cảm giác đó. Nhưng tất cả đều vô nghĩa. Nắng chiều đã yếu ớt lắm rồi, mà Hồng Liên vẫn chưa tới. Rồi đến giờ thư viện đóng cửa, vậy là Hồng Liên không tới. Lần đầu tiên từ bao năm nay, kể từ lúc Hoàng Lan bỏ tôi đi, tôi mới bắt gặp lại cảm xúc mang mang, mơ hồ khó diễn tả như dạo ngày xưa còn yêu cô. Tôi cố gắng không nhận diện cảm xúc đó, vì tôi thấy như có điều gì như "tội lỗi" đối với Hoàng Lan. Tội lỗi? Nhưng không phải là Hoàng Lan đã...

hay sao? Tôi cũng không dám nghĩ ra lời về những gì đã có thể xảy ra cho cô. Suốt đời tôi chạy trốn ngôn ngữ. Suốt đời tôi trốn chạy cảm xúc. Suốt đời tôi trốn chạy chính tôi.

Ba tuần liên tiếp, Hồng Liên không đến đọc tạp chí. Lạ kỳ là lúc cô vắng mặt, hình ảnh của cô lại đậm nét trong tôi hơn bao giờ hết. Bây giờ thì tôi chẳng xa lạ gì với cảm xúc này nữa. Tôi đã có cảm xúc này từ lúc bắt đầu yêu Hoàng Lan ngày xưa. Nhưng tôi cũng tự hỏi là cảm xúc rất riêng tư này của tôi sẽ đi đến đâu, vì Hồng Liên đã bao nhiêu ngày không đến, mà tôi thì còn mãi nơi cái thư viện cũng im ắng không khác gì ở một tu viện. Sang đến tuần thứ tư thì Hồng Liên trở lại. Lần này cô có vẻ vui hơn mọi bận. Và lần này tôi quyết định làm người bắt chuyện trước:

"Sao mấy tuần nay không thấy cô đến? Tờ Paris Match mới đang chờ cô đó!"

Hồng Liên vui vẻ trả lời:

"À, Liên và gia đình vào Sài Gòn để được phỏng vấn chờ đi Mỹ anh ạ. Sẵn dịp cả nhà ở đó chơi, thăm bà con luôn."

Tôi có cảm giác hụt hẫng y như hôm Hoàng Lan đến từ giã tôi ra đi. Sao cái số tôi động đến ai là người đó ra đi hết vậy? Sao đất nước này cứ lần lượt nhìn bao nhiêu người ra đi hết vậy? Nhưng không sao, tôi đã quen với nỗi niềm này quá rồi. Tôi chỉ tiếc sao mình không giữ được sự xa cách như bấy lâu nay. Nhưng chính Hồng Liên đã phá vỡ trước mà!

Hình như Hồng Liên đã quá quen với sự im lặng cố hữu của tôi nên cô không thể đoán được tôi đang có tâm trạng như thế nào. Cô tiếp tục hồn nhiên nói:

"Vậy là Liên phải bắt đầu học tiếng Anh rồi. Qua Mỹ chắc chẳng ai dùng đến tiếng Pháp, phải không anh?"

Tôi ngập ngừng nói lời chúc mừng cô, và nói thêm, với vốn liếng tiếng Pháp sẵn có, cô sẽ học tiếng Anh rất nhanh. Rồi tôi trở về bàn làm việc, về với công việc quen thuộc hằng ngày của một thủ thư, về với cuộc sống trầm lặng của riêng mình.

Một hôm, Hồng Liên đưa cho tôi mẩu giấy có ghi địa chỉ thân nhân của cô bên Cali và nói:

"Khi qua đó, ổn định cuộc sống rồi Liên sẽ viết thư thăm anh. Nhưng anh cứ cầm lấy địa chỉ này, biết đâu!"

Biết đâu thật. Hồng Liên chưa kịp đi, thì tình cờ vài tuần sau đó tôi được gia đình một người bạn rủ đi vượt biên, mà đặc biệt là đi không tốn tiền!

Anh bạn tôi bảo:

"Ba má tôi coi ông cũng như con trong nhà vậy. Hai ông bà thương và hiểu hoàn cảnh gia đình ông lắm. Nhà tôi cho ông đi cũng có cái lợi là nhờ được tài sinh ngữ của ông. Nếu gặp tàu Mỹ vớt thì mình trúng số, ông sẽ tha hồ làm thông dịch viên cho tôi và cả nhà. Còn lỡ bị tàu Liên Xô vớt nhầm thì ông nói là tụi mình lạy nó, xin nó thả!"

Chuyến đi của chúng tôi vô cùng êm thắm. Không có tàu nào vớt hết, Mỹ cũng như Nga. Ghe đi sáu ngày đêm, cuối cùng tấp vào bờ biển của thành phố Puerto Princesa, thuộc đảo Palawan của Philippines. Tôi như chim sổ lồng, như diều gặp gió. Cả ngày trong trại tị nạn, tôi tham gia vào thật nhiều công tác thiện nguyện của trại. Buổi sáng, tôi dạy tiếng Anh cho đồng bào ở trường các bà xơ. Buổi trưa tôi làm thông dịch viên ở văn phòng Counseling do một bà Mỹ giáo phái Tin Lành phụ trách. Buổi chiều, tôi lại lên văn phòng Cao ủy tỵ nạn để thông dịch cho các phái đoàn đến phỏng vấn đồng bào.

Chưa hết, tôi cùng một số bạn bè mới quen làm một tờ tập san cho cả trại. Bao nhiêu năm kẹt lại với cộng sản, chưa bao giờ tôi được nói, được viết những gì muốn nói, muốn viết. Giờ đây tôi hăng say sáng tác, ngày đêm cọc cạch đánh máy, cùng các bạn trong ban biên tập cho ra đời tờ tập san đầu tiên của trại, mà thời đó vẫn còn dùng kỹ thuật roneo cổ điển! Trong lúc những người trong trại thấy thời gian chờ đợi định cư sao mà lâu lăng lắc, tôi lại quá đam mê với nhiều công việc nên chẳng buồn để ý đến thời gian. Tôi làm việc tận tuỵ và bình thản, đến nỗi bà trưởng phái đoàn Mỹ mà tôi làm thông dịch một hôm phải hỏi:

"Chính này, sao tôi thấy người tị nạn nào ở đây cũng náo nức muốn đi định cư sớm, còn anh sao lại có vẻ thản nhiên đến độ dửng dưng vậy? Anh làm việc với tôi, lẽ ra anh cũng có quyền thắc mắc là hồ sơ của anh đã đi đến đâu rồi chứ!"

Tôi cười trả lời bà:

"Nếu bà không thấy được vẻ náo nức của tôi thì chắc là trời ban cho tôi có tài che giấu cảm xúc đó thôi. Vả lại, tôi cũng nghĩ rằng nôn nóng hay không thì cũng vậy, chẳng làm cho công việc đi mau hơn chút nào."

Tám tháng sau, tôi được phái đoàn Mỹ nhận và được chuyển tiếp lên trại Bataan. Tại đây, tôi làm phụ giáo trong một lớp hướng dẫn văn hoá cho đồng bào để chuẩn bị qua Mỹ. Những người cùng trại nói đùa với nhau là, đến Bataan là đã "thấy được nước Mỹ mờ mờ" rồi đó! Cuộc sống ở Bataan, quả thật, tiện nghi hơn so với trại tỵ nạn Palawan, có nề nếp hơn, gần gũi hơn với cuộc sống Mỹ mà chúng tôi được giới thiệu qua những bài học về văn hoá Hoa Kỳ.

Một hôm, đang đi lang thang trong trại để hóng mát sau giờ học, tôi ngỡ mình nhìn nhầm ai khác. Nhưng không, đó là Hồng Liên bằng xương bằng thịt đang đứng trước mặt tôi. Người ngạc nhiên hơn chính là Hồng Liên. Cô kêu lên:

"Anh Chính! Sao anh lại ở đây? Liên không thấy anh làm ở thư viện nữa, cũng hơi nghi nghi là anh vượt biên, nhưng..."

Tôi cũng vui không kém:

"Tôi cũng không ngờ mình đi được nữa, Hồng Liên à! Mà lại đi trước Hồng Liên nữa chứ!"

Hồng Liên liến thoắng nói:

"Nhà Liên đã có danh sách tuần sau đi rồi. Còn anh thì sao? Anh qua Mỹ ở đâu? Ai bảo lãnh anh?"

Tôi bật cười:

"Hồng Liên hỏi tới tấp còn hơn phái đoàn JVA phỏng vấn nữa. Đây, xin trả lời từng câu một: Tôi chưa có danh sách rời trại. Qua Mỹ tôi sẽ đến Cali. Tôi thuộc diện mồ côi được nhà thờ bảo trợ. Sao? Tôi trả lời như vậy có đậu phỏng vấn không hở cô?"

Hồng Liên nói như reo:

"Vậy là mình sẽ gặp nhau ở Cali rồi!"

Tự lúc nào, sự ngăn cách im lặng như ngày trước ở thư viện không còn nữa. Có lẽ không khí tha hương đã làm cho chúng tôi thay đổi, trút bỏ lớp vỏ lạnh lùng ngày xưa khi còn ở quê nhà, ngột ngạt và buồn bã. Những ngày sau đó, tôi thường gặp Hồng Liên sau giờ học. Cả hai đến quán cà-phê trong trại, nhâm nhi món *halo halo* của người Phi, nói đủ thứ chuyện trên trời dưới đất. Những đêm trời Bataan mát dịu sau một ngày nóng bức, chúng tôi cùng thả bộ trên những con đường đất đỏ trong trại, hay ngồi bệt xuống bãi cỏ, nhìn trời sao vằng vặc, nói chuyện hoài không hết. Tuần sau, gia đình Hồng Liên rời trại đi Mỹ. Ra tiễn Hồng Liên ở bến xe buýt, lần đầu tiên tôi mới thấy cảnh chia tay mà không buồn bã. Hồng Liên rất vui mà tôi cũng mừng, vì cùng biết là sẽ gặp nhau ở xứ Cali nắng ấm một ngày rất gần.

Sáu tháng ở trại chuyển tiếp trôi qua chóng vánh đối với tôi. Ngay hôm đưa Hồng Liên đi Manila, ra về tôi cũng vừa dò thấy tên mình trên danh sách ra đi. Cũng như Hồng Liên, mười ngày sau đó tôi đáp máy bay lên thủ đô Manila, và từ đó bay qua phi trường Narita của Nhật, rồi cuối cùng đến được bến bờ của tự do, giấc mộng lớn của tôi đã thành sự thật. Chỉ sau vài ngày tạm ổn định chỗ ở do nhà thờ bảo trợ lo chu đáo, tôi đã tìm lại Hồng Liên đang ở cách tôi một thành phố. Rồi những gì xảy ra sau đó chỉ như một nối tiếp êm đềm, xuôi chảy giữa tôi và Hồng Liên. Hai chúng tôi cùng nương tựa nhau trong những ngày đầu tiên trên xứ người. Cả hai cùng ghi tên học một trường đại học cộng đồng trong vùng, rồi chuyển tiếp lên đại học bốn năm. Hồng Liên học môn văn chương Pháp, không ngờ là ở Mỹ người ta vẫn có ngành này. Còn tôi cũng vào đại học ngành thư viện với ước muốn tiếp tục công việc ngày xưa ở Việt Nam.

Đối với Hồng Liên, mọi việc diễn ra như ước muốn cũng là một điều tự nhiên, vì từ bé đến lớn cuộc sống của cô vẫn êm xuôi như thế. Tuy nhiên, với tôi, cuộc sống mới thật là một hồng ân, so với những ngày tôi và gia đình lận đận ở quê nhà. Gia đình Hồng Liên đã qua đây cả, nên Hồng Liên chỉ phải lo một điều là học hành cho giỏi. Còn tôi vừa đi học, vừa phải đi làm để có tiền gởi về giúp gia đình. Nhưng như vậy là quá sung sướng đối với tôi rồi. Thế rồi, sau những ngày cặm cụi sách đèn, cuối cùng hai đứa chúng tôi cũng tốt nghiệp đại học. Hồng Liên xong trước, học thêm chứng chỉ sư phạm rồi xin được một chỗ dạy tiếng Pháp toàn thời gian ở một trường trung học trong vùng. Tôi ra trường sau Hồng Liên một năm, lận đận hơn, chỉ xin được hai việc bán thời gian ở hai thư viện khác nhau. Nhưng tôi không còn mơ ước gì hơn thế nữa.

Rồi chúng tôi cưới nhau. Sau một thời gian dành dụm, chúng tôi mua được một căn nhà nho nhỏ, với một mảnh vườn xinh xắn sau nhà. Như vậy cũng hay, hạnh phúc nhỏ bé dễ nắm giữ hơn những niềm vui to tát. Rồi những đứa bé xinh xinh ra đời. Chúng tôi được hai cháu. Cháu đầu là gái, cháu sau là thằng cu tí. Các cụ bảo vậy là có nếp có tẻ rồi. Tôi thì có con nào cũng mừng như nhau. Trai mà chi, gái mà chi. Con nào có nghĩa có có nghì thì hơn. Dẫu sao có một thằng bé trong nhà cũng rộn ràng hơn. Các cháu lớn như thổi, thấm thoát cháu lớn đã đến tuổi đi học. Chúng tôi muốn con học chừng một hai năm cho vững tiếng Anh một tí, sau đó sẽ cho cháu đi học Việt ngữ để khỏi lẫn lộn hai thứ tiếng.

Lần đầu đưa con đến nhà thờ học Việt ngữ, tôi thầm cảm phục các thầy cô giáo dạy thiện nguyện cuối tuần cho những cháu bé như con tôi. Các thầy cô cũng bận như tôi mà sao lại có thể hy sinh thời giờ để dạy dỗ các cháu được như vậy? Từ chỗ cảm phục, tôi đi đến cảm giác hổ thẹn mỗi lần thả con vào trường, mặc cho các thầy cô dạy dỗ, rồi mình đi công việc của mình, hết giờ ghé qua đón con về. Nói theo kiểu Mỹ, để tình trạng như vậy mà chịu được thì không có "fair" tí nào! Tôi bàn với Hồng Liên là tôi sẽ xin đi dạy Việt ngữ, chứ không thể làm ngơ được. Hồng Liên bảo:

"Anh nghĩ rất đúng. Anh cứ xin dạy đi. Phần em thì cả tuần đã đứng trước lớp rồi, nói thật cuối tuần mà còn phải tiếp tục gõ đầu trẻ nữa, em ngại lắm! Nhưng em sẽ phụ anh soạn bài, chấm bài nếu cần. Hay mỗi khi trường có sinh hoạt gì như văn nghệ, nấu nướng thì em sẽ xin phụ giúp."

Vậy là tôi đến nhà thờ xin dạy học. Vừa lúc nghỉ hè, có khoá tu nghiệp sư phạm do một nhóm các nhà giáo dục ở địa phương tổ chức, nhà thờ gởi tôi đi dự những lớp thiết thực về cách dạy Việt ngữ theo lối sống và tâm lý của trẻ em Việt ở nước ngoài. Khi khoá học đầu tiên ở nhà thờ bắt đầu, tôi đã bị cuốn hút ngay vào công việc. Lúc trước, tôi chỉ biết là mình mê hai đứa con của mình lắm, nhưng bây giờ tôi mới khám phá ra rằng tôi rất mến con nít. Nhìn các em học, ca hát, vui đùa, tôi thấy thương chi lạ. Và bây giờ tôi cũng mới khám phá thêm một điều nữa là quả thật làm thầy cô đôi khi cũng có chút thiên vị. Tuy bảo rằng thương các em đồng đều, tôi vẫn thấy mình có phần để ý một hai em nổi bật trong lớp. Thương các em đó hơn các em khác một chút thôi!

Qua niên học thứ nhì, tôi đã quen với hơn công việc, với học trò của mình. Năm nay, các em học sinh mới của tôi dường như nói tiếng Việt yếu hơn các em năm ngoái. Vậy là tôi phải dạy cực hơn một chút. Học trò "pet" của tôi trong niên học này, nói theo kiểu Mỹ, là cháu Jessica. Cô bé này có mái tóc bum-bê, hai mắt tròn xoe và đen láy, má núng đồng tiền, da lại trắng mịn, trông giống con búp-bê Nhật Bản. Đặc biệt đôi mắt đen láy của Jessica có một màu đen huyền khá lạ mà mỗi lần nhìn vào tôi lại thấy có một cảm giác gần gũi khác thường. Jessica là học trò cưng của tôi, không những vì xinh xắn mà học cũng giỏi nữa. Cô bé có cách nói âm "đờ" hơi đớt đớt, nghe thật dễ thương. Nói chung, nghe các em phát âm ngây ngô kiểu trẻ con là lúc nào tôi cũng cảm thấy thích thú, chẳng riêng gì cô học trò cưng của tôi. Nói vậy chứ tôi không hề tỏ ra thiên vị Jessica chút nào trước mặt cả lớp. Tôi muốn các em thật hồn nhiên, đón nhận sự chăm sóc và tình thương đồng đều của thầy cô giáo.

Năm học thứ nhì rồi cũng trôi qua chóng vánh. Nhà thờ tổ chức một buổi phát phần thưởng cho các em. Có cả phần văn nghệ và ăn uống cuối năm. Hồng Liên giữ lời hứa, đến phụ giúp nấu nướng và phân chia các phần ăn, thức uống cho mọi người. Một số thầy cô tham gia giúp vui trong phần văn nghệ. Những bài ca quen thuộc ngày xưa làm tôi bồi hồi, gợi nhớ đến những ngày tháng thanh bình ở quê nhà năm cũ. Tôi đưa học trò giỏi của lớp tôi vào hàng ghế ngồi để chờ lãnh phần thưởng. Tất nhiên là Jessica có mặt trong số đó. Các em lần lượt bước lên sân khấu, nhận những phần thưởng bọc trong giấy bóng kính đủ màu, lí nhí nói lời cám ơn, rồi hớn hở đem quà xuống chỗ ngồi. Tôi vuốt tóc từng em để khen, nhưng chưa tới Jessica thì cô bé đã vụt ôm phần thưởng chạy vụt ra ngoài hội trường, chắc là đón bố mẹ đến trễ. Tôi đi theo cô bé, cũng muốn chào vị phụ huynh của cô học trò cưng mà lâu nay chưa có dịp gặp mặt. Nhưng kìa, người đàn bà chìa tay ra cho Jessica nắm, sao mà giống... Cô ngước lên nhìn tôi, cũng thoáng giật mình:

"Xin lỗi, thầy ... thầy dạy cháu Jessica ạ?"

Tôi nghe giọng nói mình lạc đi:

"Thưa bà, bà có phải là ... Hoàng Lan không? Nhưng..."

Người đàn bà nghẹn ngào:

"Thầy ... anh Chính! Em là Hoàng Lan đây!"

Jessica nắm chặt tay mẹ, ngoảnh lại nhìn thầy, rồi lại nhìn mẹ. Tôi run run nói:

"Tôi... anh... nghe nói chuyến đi của Hoàng Lan gặp nạn, không ngờ..."

Hoàng Lan đã lấy lại được chút bình tĩnh. Cô vừa vân vê tà áo vừa kể lể:

"Em thoát chết trong chuyến đi đó, anh ạ. Nhưng cả nhà em và hầu hết mọi người đã không thoát nổi. Cả chuyến tàu em đi chỉ còn có ba người con gái sống sót sau cơn bão mà thôi. Hai người kia cũng mất cả gia đình nên tụi em không còn ai để liên lạc, mà cũng chẳng có địa chỉ của trên tàu để báo về nhà nữa. Tụi em được cứu và đưa vào đảo Nouvelle-Calédonie, đau khổ và chán đời quá em chẳng còn thiết gì liên lạc với anh nữa. Không ngờ... cuối cùng anh cũng đã đi được, và lại là thầy của Jessica! Lâu nay nhà em đi đón cháu, hôm nay anh ấy bận nên em mới thay thế..."

Tôi vuốt mái tóc của Jessica để dằn cơn xúc động:

"Bao nhiêu năm rồi, anh cứ tưởng em đã chết. Đến bây giờ anh mới nói được chữ đó vì em đang đứng trước mặt anh đây. Trời đất ơi, bây giờ mình gặp lại nhau thì chắc mỗi đứa có cả ngàn câu hỏi cho nhau. Hoàng Lan biết không?

Chắc là linh tính hay sao mà anh để ý và thương Jessica một cách đặc biệt. Cháu ngoan và giỏi lắm em à!"

Hoàng Lan hỏi:

"Anh cũng có gia đình rồi phải không? Chị ấy là ai vậy? Em có biết không?"

Tôi ngượng ngùng chỉ vào trong:

"Vợ anh đang phân phát thức ăn bên trong đó. Em không biết cô ấy đâu. Chút nữa anh sẽ giới thiệu em với cô ấy.

Tôi nhìn chằm chằm vào mặt Hoàng Lan để dò phản ứng:

"Anh xin lỗi em. Mọi chuyện xảy ra đã lâu quá rồi, anh không còn hy vọng gì nữa."

Hoàng Lan cười buồn:

"Chính em còn nghĩ là em đã chết, huống hồ là anh hay ai khác."

Cô đỡ gói phần thưởng trên tay Jessica, bảo con:

"Con chào thầy mình đi về, và cám ơn thầy đã dạy con học tiếng Việt!"

Jessica nghe lời mẹ, chào và cám ơn tôi bằng giọng ngọng nghịu, dễ thương của nó. Tôi lại vuốt đầu cô bé:

"Thầy cũng cám ơn con chăm học và ngoan nhé. Sang năm thầy không dạy con nữa, nhưng nhất định là vẫn gặp Jessica hoài, phải không?"

Hoàng Lan đỡ lời cho con:

"Hôm nay em định đến chào thầy của cháu và xin thầy cho cháu nghỉ học luôn, hoá ra thầy giáo lại là anh."

Tôi nghe giọng mình thảng thốt:

"Cháu nghỉ học luôn à? Tại sao?"

Hoàng Lan khẽ đáp:

"Chồng em vừa xin được việc làm mới ở trên San Jose nên gia đình em sẽ dọn lên trên đó. Thôi chào anh nhé, hy vọng có dịp nào sẽ gặp lại anh."

Hoàng Lan dắt tay con ra bãi đậu xe. Tôi đứng nhìn theo. Hệt như buổi chiều hăm ba tháng Chạp năm nào, tôi đã đứng nhìn theo Hoàng Lan khuất trong bóng chiều. Tôi mất Hoàng Lan đến lần thứ ba rồi.

Tôi quay trở lại hội trường. Tiếng nhạc xập xình, tiếng micro vang vang xướng tên các em học sinh giỏi, tiếng nói cười rôm rả của mọi người, tất cả quyện vào nhau như một thứ âm thanh quánh đặc quanh tôi. Hồng Liên ở đâu đi đến, hỏi dồn dập:

"Cô hiệu trưởng đang tìm anh kìa! Anh đi ra ngoài làm gì vậy?"

Thốt nhiên, tôi cầm lấy tay Hồng Liên, lặng người đi một thoáng, và chưa biết bắt đầu câu chuyện như thế nào.

---

* Tiếng Nga: гласность

HẠ

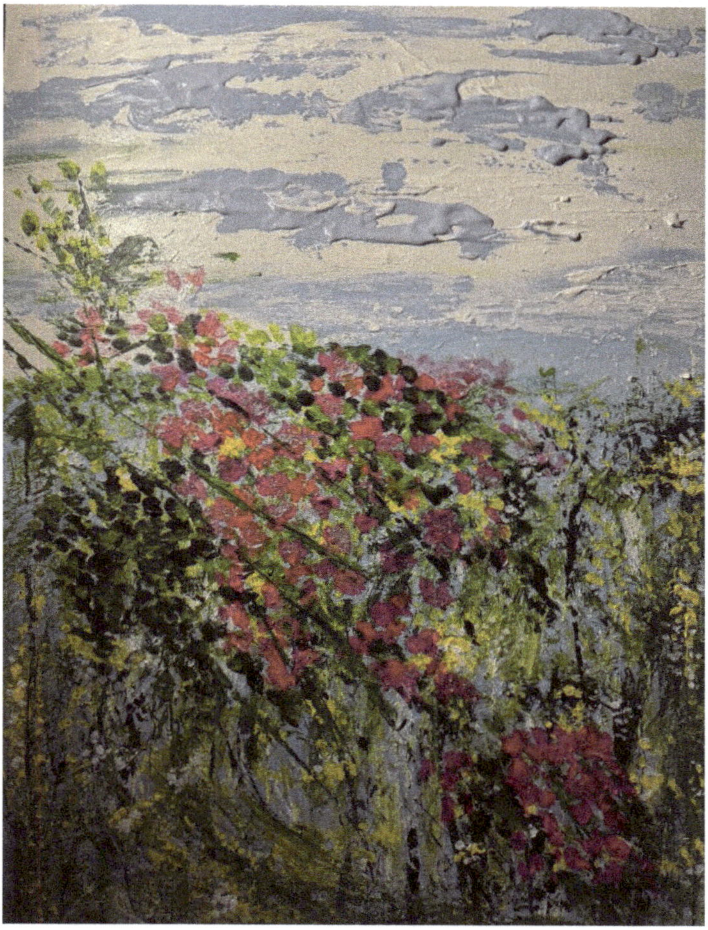

Màu Nước Trời Hè

ĐÁM CƯỚI NGÀY XƯA

Hai mươi lăm tháng Chạp. Hình như năm nay Tết sắp về mà không ai đợi chờ. Sài Gòn bây giờ đang sống trong những ngày mới mẻ. Một cái mới lạ lùng, khó chịu, vì thành phố và cả miền Nam đang ngột ngạt trong một nếp sống lạ lẫm sau ngày phần còn lại của đất nước đã lọt vào tay chính quyền miền Bắc. Người lớn nhìn nhau bằng cặp mắt lo âu, thì thầm trao đổi với nhau những lời lẽ bi quan trước viễn cảnh đen tối của dân tộc. Nhưng tuổi trẻ dường như không bị chi phối bởi thế giới rắc rối của người lớn. Giọng nói, tiếng cười của chúng vẫn ròn rã, trong vắt, không gợn chút ưu tư. Gần như hầu hết bầy trẻ trong cả cư xá đang rộn ràng chuẩn bị cho các tiết mục văn nghệ cuối năm. Thuý và Bảo cũng bị cuốn hút vào không khí tưng bừng đó. Năm nay, hai cô bé—một cô mười tuổi, còn cô kia mười hai—đang tíu tít tập dượt cho một màn vũ truyền thống. Trong màn vũ đó, Thuý và Bảo sẽ múa chung với hai cô bé khác để trình diễn nhạc phẩm *"Khúc Hát Ân Tình"* của nhạc sĩ Xuân Tiên. Mùa xuân cứ thế len lén về theo tiếng nhạc rộn ràng vào những ngày cuối năm.

Thuý và Bảo chơi với nhau từ lúc còn nhỏ xíu. Nhà hai cô bé khá gần nhau, đứa thì ở dãy D, đứa ở dãy A, chạy qua chạy lại chỉ trong một thoáng. Hai cô bé quấn quýt lấy nhau, cả ngày không đứa này ở nhà đứa kia, thì đứa nọ cũng chạy sang nhà đứa này. Hai bà mẹ quen mắt nhìn hai con bé chơi với nhau hằng ngày, lắm lúc cũng chẳng biết đứa nào mới thật là con của mình. Mỗi chiều, hai cô bé thường rủ nhau đi lễ ở ngôi nhà thờ nhỏ trong cư xá. Thần tượng của hai cô là những bà Xơ ở nhà thờ. Cô nào mà được diễm phúc được bà Xơ sai làm việc này việc nọ thì cứ mê tơi, khoe với nhau nhặng cả lên. Chỉ nhìn các Xơ từ xa xa là hai cô cứ run lên như thần tử kiến long nhan. Không hiếm những lúc hai người ngồi với nhau, mơ được một ngày cũng trở thành bà Xơ, khoác chiếc áo màu đen giản dị, làm việc từ thiện ở những viện mồ côi quanh vùng.

Nhưng năm nay, lúc Tết đang hờ hững trở về, Thuý và Bảo cũng đang âm thầm chuẩn bị một sinh hoạt khác ngoài việc múa hát với bầy trẻ trong cư xá. Hai cô bé tạm quên đi các bà Xơ nghiêm nghị, để sửa soạn một trò chơi rất ư trần tục là tổ chức một đám cưới với nhau. Ý tưởng này là do chị Huyền, chị kế của Thuý, gieo vào đầu óc còn rất đỗi ngây thơ của hai cô bé. Số là thấy hai cô lúc nào cũng xoắn lấy nhau, có hôm chị Huyền cười bảo: "Tao nghĩ hai đứa mày nên lấy nhau cho được việc. Gớm, làm gì mà lúc nào cũng đi kè kè với nhau như hình với bóng!"

Tưởng chị Huyền chỉ nói chơi, ai ngờ hoá thật. Một hôm, lúc Thuý và Bảo đang ngồi nói chuyện với nhau trước sân nhà Thuý, chị Huyền lại gần hai cô bé, thì thào:

"Hai đứa nghe này! Chị có món đãi đám cưới cho chúng mày rồi đấy!"

Thuý và Bảo trố mắt nhìn chị Huyền:

"Thật sao chị?"

Chị Huyền cười rạng rỡ: "Lại chả thật! Này nhé, trời xui đất khiến thế nào mà lại có một con gà mái tơ của ai đi lạc vào sau vườn nhà mình khoảng hai tuần nay mà không ai đi tìm cả. Hôm ấy chị sẽ bắt nó, làm lông, cho vào nồi luộc để làm cỗ cưới cho hai đứa nhé!"

Thuý thắc mắc:

"Vậy là mình ăn gà luộc thôi hở chị?"

Chị Huyền nói giọng đắc thắng:

"Luộc thế nào được, ngu ạ! Tao sẽ lấy một ít miến của mẹ trong bếp, nấu cho chúng mày cả nồi miến gà đấy. Tha hồ mà đánh chén nhá!"

Thế là chị Huyền trở thành vị chủ hôn cho hai đứa. Chị còn sốt sắng bày vẽ thêm cho đám cưới sắp tới thêm phần thú vị. Chị hỏi:

"Hai đứa mày định mời những ai? Phải có thiệp cưới hẳn hoi mới được nhé. Tao vẽ thiệp cho. Tao có hoa tay mà!"

Thuý và Bảo mừng húm, ngồi nặn óc tuyển chọn khoảng năm sáu đứa bạn thân trong cư xá để gởi thiệp mời. Thuý còn đi xa hơn chút nữa, nói với chị Huyền:

"Chị nhớ viết trên thiệp là ngày vui của 'Lê Nguyễn nhập thiên thai', chị nhé!"

Bảo phục Thuý ra mặt. Cô bạn của mình thường ngày trông láu táu, lí lắc là thế mà cũng sâu sắc, văn chương nghệ thuật ra phết! Trong hai đứa, Bảo ít nói, rụt rè hơn, còn Thuý lúc nào cũng bặt thiệp, xã giao, đặc biệt là mê đọc sách và thích âm nhạc. Thuý họ Lê, Bảo họ Nguyễn, khiến Thuý liên tưởng đến truyền thuyết Lưu Nguyễn nhập thiên thai và cải biên thành chủ đề cho đám cưới của hai đứa.

Chị Huyền làm bộ hốt hoảng:

"Ấy chết! Đám cưới xong mà chúng mày nhập thiên thai cả lũ thì tao biết ăn nói làm sao với hai bà mẹ đây?"

Nói thế nhưng chị vẫn nắn nót viết lên thiệp theo như lời Thuý yêu cầu. Chị còn vẽ thêm hình hai con chim đang xoải cánh viền quanh thiệp, trông thật bắt mắt. Thiệp mời được hai cô bé hân hoan chạy đi trao tận tay những vị khách danh dự.

Lúc này, chị Huyền đã thật sự bị cuốn hút vào trò chơi. Chị chọn cho hai cô bé chiều thứ Bảy, lúc đó mẹ của Thuý còn bận bịu với công việc ở tiệm may chưa về. Trong lúc chị Huyền loay hoay với nồi miến gà trong bếp, Thuý và Bảo đi loanh quanh trong cư xá, tìm ngắt những cọng cỏ dài hai bên đường và một ít bông hoa dại để kết thành hai cái vòng hoa chốc nữa sẽ đội lên đầu làm lễ cưới. Trong trí óc ngây thơ của hai cô bé, chẳng có ai là cô dâu hay chú rể cả. Chỉ cần đội vòng hoa đứng bên nhau trước mặt mọi người để được công nhận tình bạn thật khăng khít và vô tư của hai cô bé là vui rồi.

Năm giờ chiều. "Thực khách" bắt đầu lục tục tới. Các cô bé vừa đi vừa chuyện trò rôm rả, vui vì chưa bao giờ được dự một buổi tiệc đặc biệt như thế này cả. Đám cưới diễn ra thật nhanh và đơn giản. Thuý và Bảo trông bình thường như mọi ngày, hai cô bé vẫn mặc quần áo như khi đi lễ nhà thờ, chỉ có khác là trên đầu mỗi cô có trang điểm một vòng hoa xinh xinh. Chị Huyền gọi tất cả vào nhà bếp, bảo lũ trẻ ngồi xuống bàn rồi lễ mễ bê ra những tô miến gà còn bốc hơi nóng hôi hổi. Chủ khách đều tận tình ăn uống xì xụp, vã cả mồ hôi trán. Chỉ tội có con gà không may đi lạc đã trở thành niềm vui của bầy trẻ.

Chị Huyền không ăn mà chỉ hài lòng đứng ngắm công trình của mình đang được lũ trẻ chiếu cố và thưởng thức tận tình. Chốc chốc, chị lại ngước nhìn cái đồng hồ trên vách. Sắp tới giờ mẹ từ tiệm may về rồi. Chị vội vàng hối thúc lũ trẻ ăn cho mau hết để giải tán kịp thời, cho chị còn có thì giờ thu dọn, không để lại dấu vết gì đáng ngờ. Các cô bé vui vẻ chia tay nhau ra về. Chúng tíu tít ùa ra cổng, gặp đứa nào không được mời ăn cưới cũng khoe:

"Tụi này vừa đi ăn cưới con Bảo và con Thuý về, chúng mày ạ! Có cả miến gà nữa."

Thế là một đồn năm, năm đồn mười, chẳng mấy chốc, mẹ của Bảo đã nghe tin Thuý và Bảo mới làm đám cưới bên nhà Thuý.

Lúc này thì Thuý và Bảo vẫn còn vui như Tết vì bữa tiệc bất ngờ vừa qua. Hai cô bé nhảy chân sáo về nhà Bảo để tiếp tục vui cho hết buổi chiều còn lại. Vừa vào đến sân nhà, hai cô bé đã thấy mẹ Bảo hầm hầm đứng chờ sẵn, trên tay cầm cây phất trần to tướng. Bà mắng ngay:

"Hai con ranh! Chúng mày vừa làm chuyện tày trời gì đấy? Có biết làm như thế là mất duyên con gái hay không hử con? Lớn lên tha hồ mà ế chồng đấy, con ạ."

Vừa nói, bà vừa tiến tới, dứ dứ cái phất trần trong tay. Hai cô bé hồn phi phách tán, dắt nhau quay trở ra, chạy biến đi để tránh cơn thịnh nộ của bà mẹ.

Hai cô bé cứ thế mà nắm tay đi mãi... đi mãi... theo dòng thời gian trôi qua hối hả, trong lúc cả thành phố cũng đang chuyển mình nhức nhối trong cơn sốt vàng da của thời cuộc. Từng nhà, từng nhà trong cư xá lần lượt trốn đi vượt biên. Anh em của Thuý và Bảo cũng có vài người đi thoát, ở trại tị nạn vài năm rồi qua Mỹ định cư. Gia đình Thuý cũng được ông cậu làm giấy tờ bảo lãnh và đang chờ ngày phỏng vấn để đi Mỹ.

Hai cô bạn nhỏ, khỏi nói cũng biết là buồn không thể tả. Nhưng buồn hơn là Bảo, bởi vì Thuý còn có cái háo hức sắp được đi đến một chân trời mới, bên cạnh nỗi buồn sắp phải xa bạn. Còn Bảo thì chưa biết đến chừng nào mới đến lượt mình. Đâu đó trong những niềm vui hằng ngày đã lẫn những nỗi buồn nhè nhẹ, vì hai cô bé cứ chạnh nghĩ đến ngày phải xa nhau. Không ai bảo ai mà bỗng dưng hai cô lớn hẳn lên, chín chắn thêm ra, vì đây là lần đầu tiên hai cô mới biết thế nào là buồn, là lo cho một ngày mai vô định.

Nhưng đột nhiên, tình hình lại biến chuyển thật khó lường. Một ngày nọ, mẹ của Bảo liên lạc được với một đường dây vượt biên do một người quen tổ chức. Thế là bà nhắm mắt cho con gái đi theo chuyến ghe đó. Nhờ ơn trên che chở, chuyến vượt biên của Bảo chỉ mới đi chưa đầy một ngày trời trên biển, hãy còn trong hải phận Việt Nam thì đã được một chiếc tàu quốc tế cứu vớt, đưa đến cảng Singapore trong vài ngày rồi chở thẳng thuyền nhân trên tàu qua trại tị nạn Palawan ở Phi Luật Tân. Có ai ngờ Bảo lại đi trước Thuý! Bảo ngỡ ngàng trong giai đoạn quá mới mẻ của cuộc sống. Cô đi chung với một vài người quen trong cư xá chứ không có họ hàng thân thích nào khác.

Mỗi ngày trong trại tị nạn là những giây phút mới lạ đối với Bảo. Cô phải học hỏi thật nhiều thứ, tạm quên đi nỗi buồn xa nhà và bạn bè. Cô không viết thư cho Thuý vì chẳng biết bạn mình có còn ở Sài Gòn hay không. Bảo ở trại Palawan trong tám tháng, được phái đoàn Mỹ phỏng vấn và chấp nhận cho vào Mỹ vì bố cô ngày trước là trung tá trong quân đội Cộng Hoà. Bảo cùng hằng trăm người tị nạn khác được đưa đến trại chuyển tiếp Bataan, cách thủ đô Manila hơn trăm cây số đường bộ. Tại đây, Bảo và mọi người được học các lớp Anh ngữ và hướng dẫn văn hoá Hoa Kỳ để chuẩn bị cho ngày định cư chính thức trong vòng sáu tháng tới.

Một buổi xế trưa, Bảo đang cùng vài người bạn trong trại đang đi về nhà sau một buổi học. Bỗng từ trước mặt Bảo đang bước tới một người mà Bảo không thể nào ngờ nổi: Đó không ai khác hơn là Thuý! Hai cô bạn mừng mừng tủi tủi, ôm chầm lấy nhau, cứ ngỡ đang nằm mơ. Gia đình Thuý được chính thức rời Việt Nam theo chương trình Orderly Departure Program. Hoá ra Thuý và gia đình đã đến Bataan được vài tháng rồi. Đây là một khu trại rộng mênh mông, chia thành mười vùng khác nhau. Đi từ vùng này tới vùng kia cuốc bộ cũng được nhưng khá mỏi chân nên nhiều người thường dùng một loại xe lam của dân địa phương để di chuyển cho nhanh. Mỗi ngày còn có nhiều chuyến xe buýt đưa mọi người đến lớp học. Khu trại rộng như thế mà

Thuý và Bảo gặp lại nhau thật cũng là hãn hữu. Thế là hai cô lại xoắn lấy nhau (chữ của chị Huyền!) như ngày nào, hàn huyên tưởng như không bao giờ dứt. Khoảng hai tháng sau, gia đình Thuý rời Bataan đi Mỹ sau thời hạn sáu tháng.

Thời gian lại trôi qua. Hai cô bạn ngày xưa đã gặp lại nhau ở vùng Cali nắng ấm, lại nắm tay nhau chạy như bay theo thời gian đang trôi vun vút, như ngày nào cùng nhau chạy trốn trận đòn của mẹ. Cuộc sống vội vàng nơi xứ người khiến đôi bạn cứ chợt biến chợt hiện trong đời của nhau, vì ai cũng lo sinh kế, lấy chồng, sinh con. Mỗi cô bây giờ đã có một chú rể cho riêng mình, hai người đàn ông yêu thương vợ và biết lo cho gia đình. Thuý có hai trai, một gái. Còn Bảo được một gái, một trai. Nhà cô nào cũng đủ nếp đủ tẻ. Cũng tương tự như mấy câu ca dao mà các cô bé đã đọc mở đầu cho màn vũ ngày xưa: *"Quả cau nho nhỏ, cái vỏ vân vân... đến năm mười tám thiếp đà năm con."* Thuý hóm hỉnh nói với Bảo, thật hú vía tụi mình không bị mất duyên và ế như ngày xưa mẹ của Bảo đã lo xa, nhưng cũng không đến nỗi mỗi đứa tụi mình có những năm đứa con!

Gia đình Thuý ở San Diego, cuối miền nam Cali. Nhà Bảo thì ở Little Saigon, thủ phủ của quận Cam. Tuy xa mà gần, tuy gần mà xa. Nhưng mỗi lần gặp nhau, hai cô tưởng như thời gian và không gian không hề đứt đoạn hay chuyển dịch, cứ gặp nhau là lại tíu tít với nhau không khác chi ngày trước. Có khác chăng là đề tài các câu chuyện đã hướng về phía con cái, gia đình chứ không chỉ là chuyện cá nhân như xưa. Lúc xa nhau thì hai cô lại bỏ ra hàng giờ để nói chuyện hay nhắn tin cho nhau, điện thoại cứ chốc chốc vui vẻ, réo rắt phát tín hiệu những tin nhắn bay qua bay lại không bao giờ muốn dứt.

Có lần, lúc đang ngồi cùng nhau ôn lại những kỷ niệm đẹp của ngày xưa còn bé, Thuý nói với Bảo:

"Bảo này, hôm nào tụi mình phải cùng nhau làm một chầu miến gà thật đặc biệt để nhớ lại ngày xưa, chịu không?"

Bảo cười, háy mắt lại với Thuý:

"Kiểu như làm anniversary vậy đó hở?"

Hai ông chồng đang ngồi nói chuyện với nhau bên cạnh, tình cờ nghe được mẩu đối thoại này, cứ ngẩn cả người ra, chẳng hiểu mô tê gì cả.

MÙA HÈ CŨNG HẾT

Chẳng biết học trò ở Cali có để ý không, khi những cây *jacaranda* bắt đầu nở rộ những chùm hoa mặn mà, đằm thắm, đó là dấu hiệu của mùa thi cuối khoá ở các trường học Mỹ, và một mùa hè rực rỡ đang đón chờ chúng phía trước. Một người Việt nào đó đã gọi tên loài cây này là *phượng tím*, nghe hay hay và gần gũi, gợi nhớ đến loài phượng đỏ của chúng ta ở quê nhà. Vốn là người ưa để ý đến chữ nghĩa, tôi lẩn thẩn tra cứu xem cây phượng vĩ trong tiếng Anh nói làm sao. Hoá ra—ngoài những tên khoa học khó nhớ—hoa phượng còn có nhiều tên bình dân như *flamboyant flower, royal poinciana, peacock flower, flame of the forest* và *phoenix flower* (tên này nghe giống như trong tiếng Việt!)

Cali không có phượng đỏ, nhưng cũng có ai đó mang được ở đâu về trồng. Tôi nhớ có lần đi ngang một căn nhà, hình như là trên đường Lampson, thành phố Garden Grove, thấy trước sân có một cây phượng vĩ, thích thật là thích. Mười mấy năm về trước, trong một dịp qua Florida chơi, ba tôi nâng niu mang về được một cây phượng vĩ non, cao chừng vài tấc. Ông trồng nó trước sân nhà chị tôi. Khi đã cao bằng một người lớn tầm thước, cây phượng hiếm có này bỗng dưng khô héo đi rồi chết, mặc dầu vẫn được tưới nước hằng ngày. Ba tôi, chị tôi và tôi, ai cũng buồn và tiếc không thể tả.

Trong những lần đi chơi vào mùa hè ở Honolulu, Hawaii, lần nào tôi cũng rưng rưng xúc động khi thấy thành phố tràn ngập loài hoa đỏ thân quen này. Những ngày có mưa nhỏ, thành phố thơm nồng mùi hơi đất bốc lên dưới ánh nắng hè, trong cái nóng oi bức, ẩm thấp của miền nhiệt đới. Và những bông hoa phượng đỏ trong các tàng lá xanh mướt hai bên đường càng làm tôi bâng khuâng, thổn thức nhớ thành phố của tôi ở quê nhà năm cũ.

Và tôi nhớ lại mùa hè năm ấy...

Mùa hè ở quê nhà, bên cạnh những bông hoa phượng vĩ đỏ chói chang, còn kèm theo tiếng ve sầu râm ran không dứt. Cũng là mùa hè, nhưng không phải ai cũng có tâm trạng giống nhau. Có kẻ thốt lên sung sướng *"Ôi tất cả mùa xuân trong mùa hạ!"* [1] Ngược lại, chắc cũng không thiếu người rên rỉ *"Mỗi năm đến hè lòng man mác buồn..."* [2] Tôi cũng có một nỗi buồn mùa hè đáng nhớ... Mùa hè của tôi năm ấy là tổng hợp của một công thức... phi toán học của tôi như sau: **Vui → Buồn → Vui → Buồn = Buồn.**

Năm đó, tôi học xong đại học, bắt đầu một mùa hè bất tuyệt, bởi sẽ không còn cắp sách đến trường, sẽ không còn chờ đợi mùa hè, niềm mong đợi hồn nhiên của tuổi học trò. Tuy vậy, vẫn còn cảnh bạn bè bùi ngùi chia tay nhau, mỗi đứa sẽ thật sự bước vào cuộc sống của người lớn, với công việc, với trách nhiệm trên bước đường đời trước mặt. Năm học đó, tôi tìm thấy được một niềm vui, nhỏ thôi, mong manh thôi, vì đó chỉ mới là một tình cảm đầu đời, hết sức nhẹ nhàng, với Bình, anh chàng học cùng ngành tiếng Anh với tôi suốt bốn năm đại học. Trong buổi liên hoan cuối khoá, sau lễ phát bằng tốt nghiệp, tôi chỉ thoáng buồn một chút, vì nghĩ rằng còn thiếu gì dịp để Bình và tôi gặp nhau, tuy không còn đi học nữa.

Suốt hai năm cuối ở đại học, Bình và tôi, ngoài những lúc gặp nhau trong lớp, còn hẹn nhau đi ăn chè hay uống cà-phê, lúc thì trong khuôn viên đại học, khi thì trong những quán nhỏ, thơ mộng trong thành phố. Những lúc không gặp nhau thì lại đem những mẩu giấy nhỏ đã chuồi vào tay cho nhau lúc gặp mặt, đọc và cười một mình ở nhà với những lời lẽ bóng gió, ỡm ờ viết cho nhau trên giấy. Những lúc khác, chúng tôi lại thường đạp xe sóng đôi bên nhau dọc theo con đường biển lộng gió, vừa hít hà mùi đại dương ngào ngạt, vừa khúc khích nói cho nhau nghe những *little nothings*, một trong những từ ngữ dễ thương mà chúng tôi học được từ các lớp tiếng Anh của mình.

Phải định nghĩa tình cảm của Bình và tôi làm sao đây? Tuy không nói ra, chắc cả hai chúng tôi cùng nghĩ rằng chúng tôi đã đi quá tình bạn một chút, nhưng cũng chưa phải đã đến tình yêu. Hay nói theo định nghĩa của Byron, thi sĩ trữ tình người Anh, *"Tình bạn là tình yêu không có cánh"* [3], có lẽ là chúng tôi đang ở chỗ lập lờ đó. Tuy vậy, chắc tôi là người lãng mạn hơn Bình, đã thầm cho cảm xúc của mình đi xa hơn thế nữa. Chẳng vậy mà những khi ngồi mơ màng nghe nhạc ở quán *Chiều Tím*, tôi vẫn thường ngất ngây với mấy câu hát thật tình tứ từ trong cassette vang ra *"C'est un bon roman/C'est une belle histoire/C'est une romance d'aujourd'hui...* [4] Tôi nghĩ, nếu Bình mà biết được những ý nghĩ thầm kín này của mình thì xấu hổ đến chết đi được.

Những ngày đầu của mùa hè đặc biệt này, có lẽ người nào cũng có những cảm xúc lẫn lộn, vừa thấy thoải mái sau mấy năm dài học tập, vừa thấy trống trải với ý nghĩ, "Rồi kế tiếp là gì đây?" Không biết bạn bè tôi thì sao, nhưng tôi thì tự cho mình được nghỉ ngơi một thời gian trước khi bắt đầu chạy khắp nơi để xin việc làm. Cả tuần nay Bình và tôi không gặp nhau, tôi cũng không thấy thiếu vắng, vì nghĩ anh cũng đang bận rộn trải qua một giai đoạn mới mẻ trong cuộc sống như mình.

Nhưng qua đến tuần thứ nhì, tôi cũng không nghe tăm hơi gì của Bình. Sáng thứ Ba, Ngọc Mai chạy đến nhà tôi như một cơn lốc, báo tin:

"Ái Liên, bồ biết gì chưa? Cả nhà anh chàng Bình vượt biên hết rồi!"

Tôi sững sờ. Ngọc Mai líu lo nói thêm một thôi một hồi, nhưng tôi không còn nghe và hiểu gì nữa. Ý nghĩ đầu tiên của tôi là sao Bình ra đi mà không nói cho tôi biết, nhưng một lúc sau bình tĩnh lại, tôi thấy thông cảm cho anh, vì chuyện hệ trọng như vậy làm sao có thể tiết lộ cho người ngoài được. Nhà Ngọc Mai ở cùng xóm với Bình nên cô biết là phải.

Nhiều phút im lặng nặng nề trôi qua, cuối cùng tôi mới thẫn thờ lên tiếng:

"Thêm một người bạn của tụi mình đã bỏ lại đất nước tội nghiệp này, Ngọc Mai ơi!"

Lúc nói câu đó, chắc tôi nhìn thiểu não lắm, có lẽ Ngọc Mai nghĩ người "tội nghiệp" mới là tôi chứ không ai khác. Cô biết rõ tình bạn thân mật giữa Bình và tôi nên mới báo cho tôi là người đầu tiên biết cái tin nóng hổi và... buồn da diết này. Để tôi khuây khoả, Ngọc Mai rủ tôi ra chợ ăn chè. Trời đang nóng bức, người lại đang buồn, thưởng thức ly chè đá mát rượi với một người bạn, hy vọng có thể được chút gì an ủi, tôi nghĩ vậy. Hai đứa im lặng đạp xe bên nhau qua những con đường khá vắng vẻ. Tiếng ve sầu râm ran, vốn đã buồn, hôm nay tôi nghe càng thêm nẫu ruột. Nhìn những hàng phượng vĩ lá xanh ngát và hoa đỏ thắm hai bên đường, tôi ngỡ như mỗi bông hoa là một giọt nước mắt mùa hè, khóc cho một người vừa ra đi không biết bao giờ trở lại.

Sau hôm ấy, ngày nào tôi cũng thơ thẩn đạp xe một mình trên con đường biển quen thuộc mà trước đây Bình và tôi vẫn đi qua. Tôi tưởng tượng Bình vẫn im lặng đạp xe bên cạnh tôi, chỉ vì tôi chẳng ngoảnh qua nhìn nên không thấy Bình đó thôi. Tôi mỉm một nụ cười buồn, cố giữ trong đầu hình ảnh Bình đang chậm rãi đạp xe, cố nhìn thẳng trước mặt, nhất định không quay qua nhìn để khỏi phải... không thấy ai cả.

Tôi đạp xe một mình dạo đường biển như vậy cũng đã được cả tuần nay. Một buổi chiều, trời tương đối mát sau mấy hôm nóng bức, đang đạp những vòng xe không hồn, tôi chợt giật mình nghe có tiếng người đi bên cạnh nói:

"Chào Ái Liên! Nghỉ hè vui không?"

"Dạ, thầy Ngữ! Chào thầy!" Tôi lúng túng quá, không nói thêm được gì nữa.

Thầy Ngữ là thầy dạy tiếng Đức của tôi ở đại học. Thầy trò chúng tôi tiếp tục đạp xe sóng đôi với nhau, và thầy Ngữ hỏi tôi nhiều thứ mà tôi không còn nhớ là những gì. Tôi chỉ nhớ là mình cứ, "dạ", rồi "dạ, không", rồi "dạ, đúng", rồi "dạ, đâu có"... sau từng câu hỏi của thầy. Lúc đi ngang một quán cà-phê, thầy Ngữ bảo:

"Trời nóng quá, tôi mời Ái Liên ghé vào đây uống cái gì cho mát nhé!"

Tôi lại giật mình một lần nữa. Đoán được ý nghĩ của tôi, thầy Ngữ cười nói:

"Em ra trường rồi, tôi không phải là giáo sư của em nữa đâu! Đừng ngại, ở đây không có nhân viên nào trong Khoa Ngoại Ngữ cả."

"Dạ," tôi lí nhí nói, loay hoay dựng xe bên cạnh chiếc xe của thầy. Quán vắng vẻ, chỉ có một đôi tình nhân ngồi trong góc, rủ rỉ, cười nho nhỏ với nhau, trông thật tâm đắc. Thầy Ngữ kéo ghế mời tôi ngồi. Tôi lại lí nhí cám ơn thầy. Thầy Ngữ cười thật tươi:

"Bitte schön! Sei nicht schüchtern!" [5]

Oh mein Gott! Bao nhiêu chữ nghĩa thầy dạy cho tôi chắc tôi trả hết lại cho thầy rồi. Tôi chẳng hiểu thầy nói gì, chỉ còn biết kêu trời... bằng tiếng Đức mà thôi. Tôi học thầy đến năm lớp tiếng Đức, mà tôi chọn làm sinh ngữ phụ cho chương trình cử nhân tiếng Anh của mình. Thầy Ngữ nổi tiếng trong khoa ngoại ngữ vì... đẹp trai, tài hoa, bặt thiệp. Thầy tốt nghiệp văn chương Đức với văn bằng Magister Artium ở Leipzig bên Đông Đức. Nghe thầy nói tiếng Đức mà không nhìn thầy, ai cũng nghĩ là... Nietzsche đang giảng bài! Thầy còn trẻ, chỉ hơn đám sinh viên chúng tôi khoảng sáu, bảy tuổi, nhưng lúc đó đã có gia đình. Chẳng may, chỉ ít lâu sau đó, vợ thầy bị một cơn bạo bệnh rồi qua đời. Hai người chưa kịp có con cái gì cả. Chắc thầy giấu cảm xúc hay lắm, vì người nào mới gặp thầy, thấy lúc nào thầy cũng vui vẻ, tươi cười, không thể nào biết bên trong thầy có một nỗi buồn sâu lắng.

Ngồi xuống bàn, tôi đã định thần lại đôi chút. Thấy từ nãy giờ mình chỉ nói từng tiếng một, tôi bắt đầu cố gắng tỏ ra bình tĩnh và mạnh dạn hơn một chút. Tôi ngó thầy:

"Thầy biết không? Mới đây mà em như đã quên hết tiếng Đức thầy dạy tụi em. Nghe thầy nói có mấy câu ngắn thôi mà em tá hoả tam tinh, không hiểu gì cả! Bây giờ em mới hoàn hồn lại."

"Em làm như tôi là một *Zauberer* [6] trong truyện cổ tích của anh em nhà Grimm vậy," thầy Ngữ nheo mắt cười.

Tôi cười theo thầy, vui vẻ thêm:

"Giờ thì em bắt đầu nhớ lại một ít tiếng Đức của thầy dạy rồi. Em nhớ có một lần, cả lớp biết thầy còn biết nhiều thứ tiếng khác như tiếng Pháp, tiếng Hoà Lan, tiếng Thuỵ Điển và cả tiếng Vlaams [7] nữa, nên mới hỏi thầy làm sao mà thầy học hết được từng ấy thứ tiếng hay vậy. Thầy đã trả lời, *"Das Sprachenlernen ist mir ein Zeitvertreib und nicht eine Arbeit."* [8]

Thầy Ngữ có vẻ vui khi nghe tôi nhắc đến chuyện này. Thầy gọi cho mỗi người một ly nước dừa tươi ướp đá lạnh, uống đến đâu mát cả người đến đó. Vừa thưởng thức món giải khát, thầy vừa ân cần hỏi thăm tôi về những điều mà suốt những năm tháng trong giảng đường, thầy không có dịp để hỏi. Tôi trả lời hết những câu hỏi của thầy, nhưng không dám hỏi lại thầy nhiều, e chạm đến những gì thầy không muốn nói.

Khi thầy trò chia tay ra về, tôi cám ơn thầy, đánh bạo chúc thầy một mùa hè tươi đẹp, bằng tiếng Đức:

"Vielen Dank, Herr Professor. Ich wünsche Ihnen einen schönen Sommer!"

Thầy Ngữ gật gù và đáp lại... bằng tiếng Việt:

"Không có chi! Cám ơn em đã dành chút thì giờ cho ông thầy học cũ. Hôm nào tôi mời em lại nhà chơi nhé. Nhớ rủ cô bạn thân của em theo cho vui, tên... gì há?"

"Dạ, Ngọc Mai, thầy!"

Thầy Ngữ đọc cho tôi nghe địa chỉ của thầy. Tôi giả bộ như đang cố ghi nhớ, nhưng kỳ thực học trò đứa nào chẳng biết thầy ở đâu! Tôi vui vẻ đạp xe về nhà, tâm trạng khác hẳn lúc ở nhà dắt xe ra, buồn thiu, không biết sẽ đạp đến đâu, bao giờ mới về...

o O o

Nghe tiếng chó sủa vang và thấy tôi cùng Ngọc Mai đang đứng lấp ló trước cổng, thầy Ngữ từ trong bước ra, xua con vật vào trong và cất tiếng chào mời:

"A, Ái Liên và Ngọc Mai! Vào đi hai em!"

Hai đứa tôi cúi đầu chào thầy rồi líu ríu đi theo thầy vào bên trong. Thầy không đưa chúng tôi vào gian nhà chính mà lại hướng chúng tôi về phía căn nhà khách nằm bên tay phải. Toàn bộ khu nhà của thầy, kể cả sân trước rộng rãi, nằm trông ra mặt biển xanh ngắt bên kia đường, y như trong một cảnh phim Âu châu nào tôi đã từng xem. Ở nhà, thầy Ngữ mặc một cái quần jeans xanh nước biển đậm và một cái áo thun xám có in hàng chữ *"Alles hat ein Ende, nur die Wurst hat zwei"* [9] Trông thầy trẻ trung hẳn ra, khác với lúc thầy oai nghi, mô phạm đứng trên giảng đường, mặc áo sơ-mi và quần tây, thỉnh thoảng lại mang cà-vạt hay khoác thêm một cái áo vét bên ngoài.

Nhà khách không rộng lắm, nhưng cũng đầy đủ như một căn nhà chính hiệu, tuy tất cả đều dồn chung vào một không gian, không có tường ngăn cách. Chỗ để tiếp khách nằm bên phải từ ngoài cửa bước vào, có cửa sổ nhìn ra biển. Bên cạnh bộ xô-pha là một chiếc dương cầm loại upright, đặt kế bên kệ chất đầy sách. Bên trái là một cái sofa bed và trong góc là một gian bếp nhỏ. Cánh cửa phía bên trái chắc là dẫn vào một phòng tắm mini, tôi thầm đoán vậy.

"Mời hai em ngồi đây, tôi làm chút gì để uống nhé, *Tee? Kaffee? Wasser?*" thầy Ngữ chỉ tay về hướng có chiếc bàn bên trên có một bình hoa hướng dương vàng ruộm, rực rỡ trong ánh nắng hè đang chiếu vào căn nhà nhỏ.

Ngọc Mai, hình như giỏi tiếng Đức hơn tôi, tinh nghịch hỏi:

"Kann ich bitte Wein haben, Herr Professor?" [10]

"Es ist noch nicht fünf Uhr," [11] thầy Ngữ nheo mắt cười. Bây giờ tôi mới để ý là thầy thích vừa cười vừa nheo mắt, làm câu thầy đang nói thêm phần ý nhị.

"Irgendwo ist es fünf Uhr!" [12] Ngọc Mai cũng lém lỉnh đối đáp lại. Nhưng con nhỏ vội nói thêm, "Xin lỗi thầy, em đùa chút cho vui, để ôn lại tiếng Đức với thầy đó mà. Thầy cho tụi em xin nước lọc là được rồi."

Lúc hai đứa tôi xin phép thầy Ngữ cầm ly nước lên để uống, thầy khẽ gật đầu và nói:

"Tôi mời hai em vào nhà khách này thay vì nhà chính vì sau khi vợ tôi mất, tôi ở đây phần lớn thời gian, lâu lâu mới qua bên kia để lau chùi. Ở bên đó buồn lắm, nhìn đâu cũng thấy kỷ niệm."

Hai đứa chúng tôi ngồi im, không biết nói gì. Lần đầu tiên thấy thầy Ngữ mở lòng ra như vậy, tôi thấy ngùi ngùi xúc động. Chợt thầy đứng lên, tiến về cái piano hiệu *Sauter*, bảo:

"Để tôi đàn tặng hai em một bài nhé!"

Thầy Ngữ biết đàn! Hồi giờ chúng tôi đâu có biết. Thầy ngồi xuống thẳng người trước cây đàn, bắt đầu cho hai bàn tay với các ngon thuôn dài nhảy múa trên các phím đàn. Sau vài nốt nhạc réo rắt đầu tiên, tôi nhận ra đây là bài *"Für Elise"* nổi tiếng. Thầy Ngữ như hoá thành một người khác, không phải là ông thầy thường giảng văn phạm trên bục, mà giờ đây trông thầy như Beethoven đang say sưa trong một thế giới khác, thế giới của âm thanh và nhịp điệu. Thầy như quên hẳn có Ngọc Mai và tôi đang ngồi ngẩn người nghe những cung bậc đầy cảm xúc, tuồng như người chơi đàn đang trút hết bao nhiêu nỗi niềm vào trong đó. Sau bản nhạc, chúng tôi ngồi nói chuyện thêm một chút rồi xin phép thầy Ngữ ra về. Không biết Ngọc Mai cảm thấy sao trong lòng, còn tôi thì người cứ lâng lâng, không biết vui hay buồn, thấy cuộc sống này rộng lớn hơn là những gì chung quanh mình từ bấy lâu nay.

Những ngày sau đó, âm điệu của bài *"Für Elise"* cứ ám ảnh trong đầu tôi. Tôi biết, tuy nói là đàn bài này cho Ngọc Mai và tôi nghe, chắc thầy Ngữ dành cho vợ thầy thì đúng hơn. Tôi được biết rằng người vợ mất sớm của thầy tên là Elsa, gọi thân mật từ tên Elisabeth. Cô là người Đức, gặp thầy trong trường đại học trong thời gian thầy du học. Sau khi hai người lấy nhau ở Leipzig, cô theo thầy về Việt Nam, rồi mãi mãi gọi nơi này là quê hương khi nằm xuống.

Für Elise, hay *Für Elsa* gì cũng thế, phải không thầy? Tôi nghe mình thổn thức nói thầm trong lòng như thế. Chắc sẽ không bao giờ là *Für Ái Liên* đâu! Chỉ gặp thầy có hai lần từ hôm trước tới giờ, mà tôi thấy hình ảnh, giọng nói, tiếng cười của thầy Ngữ sao mà thân ái, gần gũi, dịu êm là thế...

Một hôm, tôi chợt nảy ra ý đạp xe ngang trước nhà thầy Ngữ, mong tình cờ nghe được tiếng dương cầm của thầy từ trong đó bay ra, biết đâu được. Thế là tôi lên xe, đạp một mạch đến nhà thầy. Dừng xe lại trước ngôi nhà lộng gió biển, tôi tần ngần ngó vào nhà, lòng thầm mong con chó của thầy không thấy, kẻo nó lại sủa vang lên thì phiền lắm. Đúng là thầy Ngữ đang chơi đàn bên trong. Thầy đang chơi bài "*Tristesse*" quen thuộc của Chopin. Bỗng con chó ở đâu cất tiếng sủa liên hồi. Tôi hoảng hồn, chưa biết làm sao thì thầy Ngữ từ trong căn nhà khách đã chạy vội ra. Thấy tôi, thầy cười chào:

"Ủa, Ái Liên! Em ghé chơi à?"

Thầy vẫn mặc quần jeans, hôm nay là màu đen, và trên cái áo pull cũng màu đen của thầy là câu *"Was mich nicht umbringt, macht mich stärker"* [13] Nhưng thầy không ra một mình, theo sau thầy là một phụ nữ người Âu, tóc vàng, hai mắt xanh như biển. Cô nhìn tôi với một nụ cười nửa vui nửa buồn. Tôi lắp bắp:

"Ơ, em định đến nhờ thầy cắt nghĩa giùm mấy câu khó hiểu trong bài *"Du bist die Ruh"* [14] mà... thôi, thầy đang có khách! Bữa khác em đến cũng được. Chào thầy!"

Vừa nói, tôi vừa hối hả leo lên xe, đạp đi mất, không kịp nghe giọng ngạc nhiên của thầy Ngữ đuổi theo:

"ÁI Liên, quay lại đây! Khách khứa gì đâu? Tôi ở nhà một mình mà."

Hai tai tôi ù đi, không biết vì xúc động mạnh hay vì gió biển đang thổi thật rát hai bên thái dương. Tôi đạp những vòng xe mải miết, hai mắt cay xè, cũng không biết là mình đang khóc hay vì hơi muối mặn nồng từ đại dương bay đến. Mùa hè mới bắt đầu, mà sao tôi thấy như nó vừa kết thúc.

---

1 *Nghỉ Hè* (1941) - Xuân Tâm

2 *Nỗi Buồn Hoa Phượng* (1966) - Thanh Sơn

3 Nguyên văn tiếng Anh "Friendship is Love without his wings", trích trong vở kịch nhan đề *The Deformed Transformed* (1824) của Lord Byron (1788-1824).

4 *Une belle histoire* (1972), nhạc của Michel Fugain, lời của Pierre Delanoë, do ban *Le Big Bazar* trình bày.

5 "Không có chi. Em đừng ngại."

6 Ông phù thuỷ

7 Tiếng Flemish là một phương ngữ của tiếng Hoà Lan, dùng ở miền nam Hoà Lan và ở Bỉ.

8 "Học ngôn ngữ đối với tôi là một thú vui chứ không phải là một công việc."

9 "Cái gì rồi cũng có một đoạn kết, chỉ khúc dồi mới có đến hai", câu này chơi chữ, dùng danh từ *Ende* với hai nghĩa, nghĩa thứ nhất là "đoạn kết" và nghĩa thứ hai là "đầu cùng".

10 "Cho em uống rượu vang được không thầy?"

11 "Chưa tới năm giờ mà."

12 "Ở đâu đó đã năm giờ rồi!"

13 "Điều gì không tiêu diệt được tôi sẽ làm cho tôi mạnh mẽ hơn" - Friedrich Nietzsche (1844-1900)

14 "Em Là Nỗi Bình Yên", thơ của Friedrich Rückert (1788-1866), do Franz Schubert (1797-1828) phổ thành nhạc, có những lời như sau, "... *Treib' andern Schmerz/aus dieser Brust!/Voll sei dies Herz/von deiner Lust*" (tạm dịch: "Hãy xua đuổi niềm đau kia/ra khỏi lồng ngực này/Trái tim tôi hãy tràn trề/với niềm vui em...")

GƯƠNG THỜI GIAN

"Có bao giờ anh đang ở một nơi mà không biết là mình đang ở đâu không?" Em lơ đãng hỏi, tay vẫn thoăn thoắt xếp những cái áo, cái quần, nhét gọn gàng vào chiếc túi xách du lịch nhỏ. Anh không nói gì, vì biết đó là một câu hỏi không cần câu trả lời. Anh chỉ buồn buồn nhìn đôi bàn tay trắng nõn, mũm mĩm của em. Đôi bàn tay, và cả nguyên hình hài của em, mà anh lại sắp xa cách trong một tuần lễ tới. Đôi bàn tay không biết bao nhiêu lần anh đã đặt môi lên đó, rồi hít hà mùi thơm tự nhiên toả ra từ làn da mát rượi của em. Nhiều khi anh đã muốn đố em câu này, nhưng chưa bao giờ muốn nói ra, "Em có biết cái gì đã làm cho thân thể chúng ta tươi thắm và thơm ngát không?" Rồi anh tự thầm thì giải đáp, "Chính là linh hồn đó. Linh hồn đã tưới lên thân thể sự sống lung linh, và hương thơm ngào ngạt."

Và anh lẩn thẩn tự hỏi, không biết em đi nhiều hơn em về, hay em về nhiều hơn em đi. Anh cũng không biết ý nghĩ này làm anh nhớ tới hai câu hát, hay hai câu hát đó khiến anh có ý nghĩ này, *Em về với anh rồi mai lại đi/Đường xa mang theo bao nhiêu tình ý.*[1] Ồ, thật ra cách xưng hô trong bài hát đó là ngược lại, nhưng có hề gì, phải không? Vì có một nhạc sĩ nào đã viết *Nghìn thu anh là đã em rồi/Và em trong muôn kiếp em đã ngồi ở anh.*[2] Nếu em đã là anh, và anh đang là em, thì làm sao anh xa cách em được, làm sao anh mất em được. Phải không.

Anh thường nhắc nhở em điều này: Chúng mình đã dọn vào căn nhà này từ cuối thế kỷ trước. Anh thích cách suy nghĩ như vậy vì nó giúp khoác lên căn nhà một lớp áo cũ kỹ, nhưng óng ả, của thời gian. Anh thích ý nghĩ đó đến nỗi một hôm đã cặm cụi vẽ một bức tranh... không có hình ảnh, mà chỉ có bốn chữ thật lả lướt: *"Căn Nhà Thời Gian"*, với phông nhiều màu thật mờ nhạt, quyện vào nhau một cách hài hoà, nhuần nhuyễn. Rồi anh gắn vào sau bức tranh đó một cái cọc nhọn, đem ra cắm trước sân nhà, lẫn vào bụi hoa thạch thảo, vì lúc đó là mùa thu. Khi mùa đông đến, *Căn Nhà Thời Gian* được bụi hoa thuỵ hương âu yếm vây quanh. Mùa xuân đến, bức tranh chữ của anh hân hoan khoác lên nét trẻ trung của bụi hoa anh thảo. Khi hạ về, hoa cẩm tú cầu mơn trớn bức tranh của anh. Em cũng thích bức tranh này như tác giả của nó. Em bảo nhờ nó mà em làm thêm một bài thơ mới về gương mặt của thời gian.

Có lần em đã hỏi anh, "Theo anh, khuôn mặt của thời gian là gì?" Như có một luồng điện êm dịu, tràn đầy cảm hứng chạy dài khắp cơ thể anh, anh khấp khởi đáp, "Ồ, nhiều lắm em ạ. Và tuỳ nơi, tuỳ lúc, tuỳ tâm trạng của mình nữa. Nhìn đâu chúng ta cũng thấy thời gian chung quanh ta đeo lên những khuôn mặt (hay mặt nạ?) thiên hình vạn trạng: cái đồng hồ, tấm lịch, nắng, mưa, hoa cỏ, bầu trời, những vì sao, và còn nhiều, nhiều nữa, phải không em?"

Cũng nhờ những bài thơ của em gợi hứng, anh đã vẽ nhiều bức tranh xuất thần. Anh bảo em, "Chắc chúng mình nên xuất bản một tuyển tập thi hoạ, trong đó mỗi bài thơ của em có kèm theo một bức tranh của anh, hẳn và thích lắm, em há?" Em mỉm cười bảo, "Thơ em chỉ cần một độc giả, và tranh của anh cũng chỉ cần một khán giả, vậy là đủ rồi." Anh cũng cười theo, phụ hoạ, "Anh đâu có nói nói là mình sẽ in ra mấy trăm, mấy ngàn bản đâu. Mình chỉ in một bản duy nhất, theo kiểu POD đó mà. Anh thích cảm giác được cầm cuốn sách trong tay, giở ra từng trang còn thơm mùi mực mới, và ngắm, nhìn, đọc, suy gẫm về từng bài thơ của em bên cạnh mỗi bức tranh của anh. Vậy thôi."

Xa lộ hôm nay khá vắng vẻ đối với ngày thứ Hai đầu tuần, "Chắc nhờ chúng ta đi sớm hơn thường lệ một tí," em bảo vậy. Đường đến phi trường sao mà ngắn ngủi. Một chốc nữa thôi, em sẽ lại ra khỏi xe, với tay lấy cái túi xách, vỗ nhẹ tay vào má anh một cái, dặn dò thật nhanh những câu mà anh đã nghe biết bao lần, "Thức ăn em đã xếp đâu đó vào tủ lạnh, anh nhớ lấy ra ăn. Buổi tối đừng thức khuya quá, và đừng quên uống sữa." Anh muốn khóc, nhưng cố làm ra vẻ can đảm, bặm môi lại. Tiếng Việt sao khó quá, anh không thể nói "Anh yêu em" một cách dễ dàng như câu "I love you." Thôi thì đành nói tiếng Anh vậy, rồi anh rồ máy cho xe chạy đi, trong lòng đã khắc khoải chờ lúc đón em về.

Xa lộ đã đông đúc hơn nhiều trên đường anh về lại nhà. Để hai tay hờ hững trên vô-lăng, anh bùi ngùi nhớ những lúc hỏi em, "Bộ em định tiếp tục công việc này hoài sao? Để cứ hai tuần ở nhà thì lại đi xa một tuần mãi như thế này hở?" Giữa hai chúng ta vẫn thường có những câu hỏi không có câu trả lời như thế. Những lúc đó, em thường hôn nhẹ lên tóc anh. Những nụ hôn của em thật hiếm hoi nên anh đã mềm lòng, quên mất mình vừa hỏi điều gì.

Cũng lạ, mỗi lần em vắng nhà, cố nhiên là anh nhớ em, nhưng đó cũng là những lúc anh cứ nghĩ đến Nam, một hình ảnh mà anh cố xua đuổi hoài không được. Mới đầu, Nam chỉ là một nhân vật qua những mẩu chuyện bất chợt em thường kể cho anh nghe. Không biết thật hư ra sao, nhưng dường như em cố tình thử xem anh có tí ti máu ghen tuông nào trong người anh hay không. Không bằng ngôn từ mà bằng cách khéo léo gợi trí tưởng tượng của anh—trí tưởng tượng của một hoạ sĩ—em làm cho anh có cảm tưởng là ngày xưa còn bé, giữa em với Nam có một mối tình thơ, rằng Nam thích em lắm, và em cũng có cảm tình với Nam không kém. Thế cũng có nghĩa rằng anh không phải là mối tình đầu của em. Vậy là anh quay quắt cả lên, và em phá ra cười thích thú. Mà anh cũng vô lý thật, vì trước khi gặp em, anh đã có một người khác. Cũng phải phục em vì cái tính "không thèm ghen." Em thường bảo, "Những người hay ghen tuông là thiếu tự tin. Ghen với quá khứ của một người là chuyện vô lý. Còn ghen với hiện tại thì... không sao, anh cứ thích ai khác đó thì thích, nhưng nhớ... đi luôn, đừng quay trở lại!" Vậy là đủ cho anh sợ, không dám nghĩ đến chuyện gì, chứ đừng nói tới là làm chuyện gì!

Nhưng một hôm, Nam đã bước ra khỏi những câu chuyện của em và trở thành một nhân vật ba chiều có thật, sống động hơn bao giờ. Bây giờ Nam đã có vợ con, sống ở một tiểu bang khác, và vừa nối lại liên lạc với hai cô bạn cũ ngày xưa cùng ở trong xóm. Một trong hai cô bạn đó là em. Thật ra, Nam liên lạc với cô này cốt để kết nối với cô kia, cho có vẻ tự nhiên một chút. Nam bảo là có dịp qua Cali, nhưng chỉ đi một mình vì vợ đang bận trông coi việc bán căn nhà bên New York để hai vợ chồng sẽ qua Colorado ở lúc về hưu. Anh chàng muốn gặp lại hai cô bạn cũ, nhưng anh biết rõ là để gặp lại em sau mấy mươi năm (và chắc cũng để biết mặt anh chàng nào đã có diễm phúc được hôn lên hai bàn tay thơm ngát của em, phải không?)

Ngày gặp mặt diễn ra tại nhà anh và em. Cô bạn đi với chồng, còn Nam solo đến với mọi người. Anh kín đáo quan sát người bạn cũ của em, thấy anh chàng này xúc động ra mặt, cứ luôn miệng nhắc mọi người phải chụp một tấm hình chung với nhau. Chắc anh chàng sợ quên chụp hình, về nhà không có gì xem lại, còn có hình thì mới có dịp close up đến người xưa, tha hồ ngắm nghía một mình mà không sợ ai dòm ngó.

Cả bọn nói chuyện rôm rả một lúc, chuyện cũ, chuyện mới, cũ nhiều hơn mới, vì càng ngày càng ít có chuyện gì mới. Rồi kéo nhau ra tiệm ăn. Không hiểu vì vô tình hay cố ý, anh được xếp ngồi cạnh Nam. Anh chàng này là nhạc sĩ dương cầm. Có đôi lần anh đã được em cho nghe vài bài của Nam thu lại. Anh chỉ là một học trò mới tập tễnh học đàn, nên anh chàng này chơi đàn thế nào cũng là quá hay đối với anh. Chuyện qua chuyện lại, anh thấy Nam cũng dễ mến. Chắc ngày xưa không có anh đến trong đời của em, chắc anh chàng này đã là anh. Và anh đã là anh của một em khác. Phải không.

Tại sao anh lại nghĩ đến Nam trong lúc này? Bây giờ em chắc đã ngồi trên máy bay, nhìn ra những tầng mây trắng nõn trên cao tít ngoài vuông cửa. Tim anh như thắt lại. Mắt anh cay cay, mũi anh cũng cay cay. Máy bay của em sẽ hạ cánh. Em sẽ rời khỏi phi trường trên một chiếc Uber. Em sẽ bước vào căn phòng khách sạn quen thuộc. Và em có sẽ nghĩ đến anh không? Hay là em sẽ quá bận bịu với những cuộc meeting, những presentation, những cú điện thoại, những giấy tờ, sổ sách? Đêm về em sẽ nằm trên chiếc giường trông ra những toà building lung linh ánh đèn đêm của thành phố không bao giờ ngủ, không có anh hôn lên khắp người em, và thì thầm "Em thơm quá, em thơm quá!", để nhận ra rằng anh yêu em biết bao nhiêu. Tình yêu làm anh ứa nước mắt, chới với trong niềm tuyệt vọng không bao giờ thực sự sở hữu em, cũng như không bao giờ thực sự sở hữu bất cứ điều gì khác.

Anh sẽ về lại căn nhà thời gian của anh và em. Sẽ đi trên lối đi giữa hai bờ cỏ. Bây giờ là cuối thu. Những chùm thạch thảo cuối cùng vẫn tím ngắt theo hương thời gian. Rồi chúng sẽ nhường chỗ cho những đoá thuỵ hương màu hồng thắm khi mùa đông đến. Anh sẽ đẩy cánh cửa bước vào căn nhà giờ đây đã vắng lặng, rộng mênh mông vì em đi vắng. Nhưng mùi hương của em vẫn nồng nàn trong từng ngõ ngách của các căn phòng. Anh sẽ đi thẳng ra căn nhà nhỏ phía sau vườn, nơi anh dùng làm chỗ vẽ tranh. Anh sẽ bước vào căn phòng hăng hăng mùi sơn, lặng lẽ ngồi xuống trước bức tranh đang còn dở dang. Kỳ này anh vẽ thời gian với khuôn mặt của bốn mùa. Mỗi mùa được đánh dấu bằng một bụi hoa với sắc màu độc đáo. Anh Thảo. Cẩm Tú Cầu. Thạch Thảo. Thuỵ Hương. Mỗi loài hoa như một thiếu phụ yểu điệu thục nữ và thơm tho. Như em qua bốn mùa, cùng với mùi hương nồng bất tuyệt em dành cho riêng anh.

Anh sẽ châm một điếu thuốc bạc hà, rít một hơi thật sâu vào phổi, rồi phà khói ra, lại ứa nước mắt nhớ đến em. Điếu thuốc Kool phả vào trong anh một chút cay, một chút đắng, một chút mát lạnh, một chút ấm nồng. Rồi anh sẽ chợt nhớ đến những điếu thuốc sợi đen không đầu lọc, khói khét lẹt, xốc vào mũi, vào họng mà anh đã từng hút chung với đám bạn bè cách đây mấy mươi năm. Rồi anh lại nhớ đến mấy câu thơ tội nghiệp anh viết vào nhật ký:

những điếu thuốc Việt Nam
khói bám vàng hai phổi
cơn chán chường chín tới
mặt biển đục nỗi buồn

Thương những ngày ở Nha Trang quá đỗi. Những ngày anh đã có em. Hai đứa ngày nào cũng đi biển, vì em mê biển còn hơn mê anh. Cô con gái Sài Gòn ra Nha Trang đã phải lòng biển xanh và cát trắng. Có một hôm anh đang quay quắt trong cơn đau lịm người vì dời leo trên lưng; má bảo nếu dời chạy đúng một vòng trên người thì anh sẽ chết. Vậy mà anh vẫn cắn răng chở em trên chiếc xe đạp ra biển, ngồi trên bãi cát. Ngày đó chúng ta chưa nói yêu nhau, nhưng lúc nhờ một người chụp hình hai đứa, em đã âu yếm luồn tay em vào tay anh. Tấm hình hai đứa ngồi trên bãi biển, đến giờ anh vẫn còn giữ. Đố ai biết được lúc đó cơn đau đang hành hạ anh đến mức nào, vì anh vẫn mỉm cười bên em.

Nhưng anh chợt đổi ý, không đi ra nhà vẽ mà ghé vào phòng ngủ. Anh khựng lại ở khung cửa, trố mắt khi thấy em đang ngồi trên giường, đọc một cuốn sách. Đây là thật hay chỉ vì anh giàu tưởng tượng. Anh hỏi, không tin vào mắt mình, "Ủa, anh mới đưa em ra phi trường hồi nãy mà?" Em cười với anh, thật dịu dàng, rồi tiếp tục đọc. Anh để nguyên áo quần, ngả người xuống mặt nệm. Chiếc giường thêm êm ái vì có em bên cạnh. Anh không muốn thắc mắc gì nữa, lim dim hai mắt lại trong vài giây. Rồi anh mở choàng mắt, xoay qua em, giụi mặt vào vùng ngực mềm mại của em, háo hức tìm lại mùi hương quen thuộc. Em cũng hôn nhẹ lên tóc anh. Em biết không, lúc chúng ta thưởng thức mùi hương của nhau, chạm vào từng phân vuông da thịt tươi nồng của nhau, là lúc chúng ta nên hiểu rằng mình đang hôn lên linh hồn của nhau. Vì linh hồn vốn nuôi dưỡng thịt da. Và chúng ta phải cám ơn thời gian nữa. Vì ngay lúc này, và chỉ lúc này thôi, anh và em biết được rằng thời gian dành cho chúng ta vẫn còn đó. Khuôn mặt của thời gian trong khoảnh khắc này chính là khuôn mặt của mỗi chúng ta, đắm đuối nhìn nhau khi nào còn có thể.

---

[1] *Không Bao Giờ Ngăn Cách* (1963) – Trần Thiện Thanh
[2] *Nghìn Thu* (1988) – Phạm Duy

ĐƯỜNG MÂY

Upper Norwood – Weston Hill, UK
Thứ Bảy, 8 tháng 4, 2023
3:00pm

Tôi bước xuống sân ga, nhìn lên tấm bảng đề tên Gypsy Hill và hai cây kim đồng hồ đang chỉ một con số tròn trịa. Nắng chiều chỉ còn rất mỏng trêm thềm ga, và trên gương mặt của những hành khách không tỏ ra chút gì vội vã. Tôi hãy còn hơi váng vất sau chuyến đi dài gần một tiếng đồng hồ. Suốt quãng đường, tôi như lạc vào những thế kỷ trước, nhìn những phong cảnh già nua, khắc kỷ, qua vuông kính con tàu đang chạy băng băng. Cho đến lúc này, tôi vẫn chưa tin rằng mình đang ở Anh, một xứ sở vốn không có gì hấp dẫn đối với riêng tôi. Kiến trúc, con người, ngôn ngữ... chẳng có gì khác, chỉ có lạ và nhàm chán. Tuy vậy, một cảm giác rất lạ đang luồn vào khắp người tôi, khó giải thích được. Nét cổ kính xa lạ bên ngoài hình như lại là lối đưa tôi về một nơi chốn thân quen, dù chỉ là trong trí tưởng.

Tôi mở app ra gọi một chiếc Uber, mặc dù biết rằng từ ga xe lửa đến Vô Ưu Thiền Viện chỉ cách chừng mươi phút, nhưng làm sao tôi đi bộ được ở chỗ lạ nước lạ cái này. Cô gái ngồi cạnh tôi trên xe lửa cho tôi biết ngôi chùa Việt Nam này nằm không xa một thư viện công cộng trong vùng. Tôi nhẩm cái tên thư viện để nếu cần thì cho anh tài xế biết. Nhưng chắc họ là dân địa phương, hỏi chỗ nào họ lại chẳng rõ.

Người tài xế nói giọng Ái Nhĩ Lan đặc sệt thả tôi xuống trước ngôi chùa nằm im ắng trên con đường hai bên rợp những tàng cây râm mát. Ngôi chùa nhỏ chút xíu, trái ngược với hình ảnh đồ sộ, oai nghiêm trong trí tưởng tượng phong phú của tôi. Bốn chữ 無憂禪寺 viết bằng nét chân phương màu đỏ trên nền sơn vàng, bên dưới là hàng tên bằng tiếng Việt, khiến tôi thoáng thấy an tâm, thay vì phải nhìn hai màu ngược lại.
Chiếc xe phóng đi, mất dạng nhanh trong làn bụi mỏng. Tôi đứng yên một chỗ, tần ngần trong thoáng chốc, tự hỏi vì sao mình lại đang ở nơi này.

London – Lewisham, UK
Thứ Sáu, 7 tháng 4
1:00pm

Bài thuyết trình của tôi, một cách chủ quan, khá thành công. Đề tài, cũng theo riêng tôi, tương đối thú vị. *Sự Tương Tác Giữa Thanh Điệu Và Trọng Âm Trong Tiếng Nhật Và Các Thứ Tiếng Bắc Âu.* Cử toạ là các sinh viên trẻ trung, rất hào hứng đối với những gì tôi nói đến. Sau bài thuyết trình, họ xúm quanh tôi, hỏi thêm nhiều điều muốn biết, kể cả một số chi tiết rất riêng tư. Nhiều lúc tôi phải hỏi lại vì không nghe hết được giọng Anh khá nặng của họ.

Tôi lững thững bước ra ngoài khuôn viên đại học. University College London, ngôi trường mà cách đây không lâu, có nằm mơ tôi cũng không nghĩ mình sẽ đến, đơn giản là vì nó chẳng có gì hấp dẫn tôi cả. Thế mà... cũng vì một nhân duyên đưa đẩy, được một công đôi việc, tôi mới nhận lời thuyết trình đề tài nói trên. Buổi chiều trong khuôn viên thật yên tĩnh. Vài sinh viên qua lại trước mặt tôi. Họ nói cười khúc khích, chưa đủ để khuấy động bầu không khí êm đềm nơi đây.

Theo chỉ dẫn của cái phone app, tôi đi bộ ra đến ga Northern để lấy tàu điện ngầm về hướng nam. Đến đó, tôi sẽ đổi qua chuyến khác ở ga Jubilee để đi về hướng đông, trực chỉ Lewisham. "The Tube", theo cách gọi của dân địa phương, cũng không đến nỗi tệ. Tôi nghĩ còn khá hơn metro ở Los Angeles. Tôi bật qua trang notes, chỗ có ghi địa chỉ của Mỹ Thu, tự dưng thấy hồi hộp. Nỗi hồi hộp kéo dài đến tận khu Venice Corte, nơi Mỹ Thu ở. Tôi đưa tay nhấn chuông. Tiếng reo kéo dài bên kia cánh cửa. Một hồi im lặng tiếp theo. Tôi lại nhấn chuông. Im lặng. Chuông. Im lặng. Chuông. Im lặng.

"Ông kiếm ai?" Một giọng đàn bà từ sau lưng tôi vang đến. Hơi giật mình, tôi quay lại. Người đàn bà đẫy đà, hai tay chống nạnh, hỏi tôi bằng tiếng Anh giọng Pháp.

"Chào bà," tự nhiên tiếng Anh giọng Mỹ của tôi cũng như lơ lớ giọng Pháp như của bà ta, "Cô Mỹ Thu, cô ấy ở căn này, phải không bà?"

"A, cô gái người *Vietnamienne*," bà nói nửa Anh, nửa Pháp, "Cô ấy dọn đi chỗ khác mấy tháng rồi, không biết đi đâu."

Tôi thấy mình như hụt hẫng. Lẽ ra tôi phải liên lạc với Mỹ Thu trước chuyến đi, chắc đã không có cảm giác bẽ bàng này. Tôi định rủ cô ta cùng đi Upper Norwood với mình, nhưng không ngờ... Cũng tại tôi thích làm surprise. Hoá ra người ngạc nhiên lại chính là mình.

Westow Hill, UK
Thứ Bảy, 8 tháng 4, 2023
3:05pm

Người sư nữ đang lúi húi tưới luống hoa vạn thọ trước sân chùa không biết có vị khách đang bước đến sau lưng. Tôi khẽ hắng giọng một cái, không muốn làm sư nữ giật mình. Quay lại nhìn tôi là một cô gái, à không, một ni cô còn rất trẻ. Nhất định đây không phải là Mỹ Hạ, vì bao nhiêu năm tháng đã qua rồi, cô không thể còn trẻ như thế được. Tôi hắng giọng một lần nữa, cất tiếng chào:

"A Di Đà Phật, cho tôi hỏi thăm cô một việc."

"A Di Đà Phật, ông cần gì?"

"Xin hỏi cô, sư cô Diệu Trang có ở đây không cô?"

"Sư cô Diệu Trang à ông?" người sư nữ khẽ thở dài, "Cô ấy không còn ở đây nữa."

Tôi nghe tim mình như lỗi một nhịp:

"Cô ấy qua tu ở chùa khác sao ạ?"

"Hình như không phải vậy," người sư nữ trả lời, vẫn khoan thai tưới nước lên các khóm hoa. Ngưng một lát, cô nói thêm, "Cô ấy ra đi mà không nói với ai cả. Gia đình cũng không biết cô ấy đang ở đâu. Cũng gần cả năm nay rồi."

Tôi đứng chết lặng. Trong giây phút đó, tôi chợt thấy mình bay bổng lên không, nhưng nhìn xuống thì vẫn thấy tôi đứng bên dưới, bên cạnh người sư nữ. Từ trên không, tôi nhìn xuống hai người đứng đối diện nhau, một người *như hoa đem tin ngày buồn* [1], còn người kia, sau khi nghe tin chẳng lành, thấy mình *đã sống rất ơ hờ* [2]. Tôi-trên-không rùng mình liên tiếp mấy lần. Cảnh tượng bên dưới, cảnh một ngôi chùa, buổi chiều vàng xứ Anh, sao mà giống như trong phân khúc của một bộ phim truyền hình nhiều tập, nhiều mùa, nhiều tình tiết éo le. Tôi-bên-dưới ngó lên, thấy một hình nhân buồn bã, lạc lõng. Tuổi thơ tôi đã bị đánh mất một lần nữa. Mỹ Hạ. Diệu Trang. Tại sao lại là hai người trong hai cảnh giới. Tại sao bây giờ không còn lại người nào. *"Lối Về Xóm Nhỏ"* [3] đã bị cắt đứt. Hay đã biến mất, khiến tôi không còn lối về, như bao nhiêu lần tôi đã mất lối về trong những giấc chiêm bao buồn bã và hoang mang.

"Mời ông vào chánh điện để thắp lên Phật đài một nén nhang cầu an cho sư cô Diệu Trang," giọng người sư nữ như từ một cõi nào vọng lại.

Sunset Beach - CA, USA
Thứ Bảy, 24 tháng 12, 2022
12am

Giờ này Chúa đã giáng thế. Ở tuổi này tôi làm gì còn có quà Giáng Sinh. Nhưng có một điều bất ngờ thú vị, cũng khiến tôi vui như đang được nhận quà. Khanh Dung text cho tôi, *Ông Tuệ ơi, có người bên Anh muốn liên lạc với ông nè.* Tôi ngỡ ngàng hỏi lại, *Ai mà ở tận bên Anh vậy?* Khanh Dung: *Ông còn nhớ gia đình các cô Mỹ trong xóm mình ngày xưa không?* Tôi: *À, Mỹ Xuân, Mỹ Hạ, Mỹ Thu, Mỹ Đông, nhớ chứ!* Khanh Dung: *Haha, còn gọi là Gái Chị, Gái Em, Gái Tí và Gái Teo!* Tôi: *Nhưng cô nào muốn liên lạc với tôi đây? Làm sao họ biết địa chỉ của Dung vậy?* Khanh Dung: *Một người bạn của bạn của bạn của bạn Dung...*

Trong các cô... bốn mùa, ngày đó, tôi chơi thân với Mỹ Hạ. Hai đứa rất hạp nhau về văn nghệ lẫn văn chương. Về văn nghệ, tôi vẫn thường góp mặt trong những buổi "tiểu nhạc hội" (chứ không phải đại nhạc hội!) với Mỹ Hạ. Sân khấu là tấm phản bằng gỗ lim ở nhà cô ta. Khán giả là lèo tèo mấy đứa trong xóm mà chúng tôi phải mua chuộc bằng kẹo bánh mới miễn cưỡng chịu ngồi xem các màn trình diễn lặp đi lặp lại. Mỹ Hạ, vốn mê cải lương, ngâm nga mấy câu vọng cổ trích trong vở Lương Sơn Bá Chúc Anh Đài. Gái Teo, à không, Mỹ Đông, cùng hai cô bạn nhỏ là Hằng và Nga, uốn éo trong vũ điệu theo bài *"Lối Về Xóm Nhỏ"*, mỗi lần múa mỗi kiểu khác nhau, không lần nào giống lần nào, nhờ vậy khán giả cũng đỡ ngán. Còn tôi, lúc thì hát bài *Biển Tình* [3], lúc thì cao giọng ca *"Xuyên lá cành trăng lên lều vải..."* [4] Thằng Vu (cái tên này tôi chưa từng thấy người thứ ai trên đời này có!) được giao cho nhiệm vụ chiếu đèn màu vào các ca sĩ và "múa sĩ". Đây là bộ đèn mà chính tôi đã công phu chế tạo, gồm một cái vòng tròn bằng cạc-tông, khoét năm lỗ nhỏ, mỗi lỗ dán giấy kính màu khác nhau, gắn vào một cái trục. Khi thằng Vu xoay tít cái vòng trước bóng đèn, các nghệ sĩ trên sân-khấu-tấm-phản loang loáng sắc màu rực rỡ, chẳng khác nào buổi đại nhạc hội ở rạp Tân Quang mà tôi được đi xem, ngỡ ngàng chiêm ngưỡng Minh Hiếu, Phương Dung, Bạch Lan Thanh... huy hoàng trên sân khấu.

Về văn chương, tôi cộng tác với Mỹ Hạ ra một tờ nguyệt san... viết tay, phát hành một bản duy nhất, với hai độc giả trung thành không ai khác hơn là Mỹ Hạ và tôi. Mỹ Hạ có hoa tay, phụ trách phần vẽ bìa. Cô thường vẽ các nàng công chúa, ăn vận y như trong các tuồng cải lương ruột của cô. Bên trong, Mỹ Hạ và tôi chia nhau phụ trách các mục truyện ngắn, truyện dài đăng từng kỳ, thơ, vui cười, sưu tầm, câu đố... Hồi đó chúng tôi mới học lớp Năm, lớp Sáu, mới bắt đầu học chút tiếng Anh, nên tôi không thể dịch truyện ngoại quốc được, bèn... sáng tác truyện bằng tiếng Việt với tên nhân vật bằng tiếng Anh hay tiếng Pháp, dùng lời văn cứng nhắc cho ra vẻ... văn dịch, và "sáng tác" luôn tên tác giả cùng tựa đề trong nguyên bản (mà tôi cóp lại trong những tờ *Reader's Digest* hay *Sélection* của ba tôi). Mỹ Hạ và tôi cùng phụ trách chung mục Thư Tín, trả lời những độc giả tưởng tượng với những câu hỏi tưởng tượng, vui kể gì.

Tờ báo, mà tôi không còn nhớ tên, ra được vài số thì hai nhà văn có chuyện xích mích với nhau (mà tôi cũng không nhớ vì sao). Tôi chỉ còn nhớ là tình hình căng đến nỗi một hôm, Mỹ Hạ mang mấy tờ báo sang nhà tôi. Lời qua tiếng lại sao đó, cuối cùng hai đứa thay phiên nhau xé nát các tác phẩm văn chương thơ dại đầu đời của mình.

Người liên lạc với tôi lại là Mỹ Thu, hay Gái Tí, em kế của Mỹ Hạ. Cô viết email cho tôi thay vì text, *muốn nói nhiều,* cô bảo vậy. Trong thư, cô hỏi thăm về tôi và gia đình, nhắc lại những chuyện ngày xưa trong cái xóm nhỏ yên bình trước khi đất bằng sóng dậy vào một ngày tháng Tư năm nào. Cô kể về gia đình cô, và, vô cùng bất ngờ, cô cho biết là Mỹ Hạ đã đi tu. Mỹ Hạ không còn là Mỹ Hạ, không còn là Gái Em nữa, mà bây giờ là sư cô Diệu Trang. Mỹ Thu cho tôi địa chỉ của cô ở Anh, nói biết đâu anh có dịp đi thăm xứ sương mù thì ghé em chơi và cùng đi thăm chị Mỹ Hạ, à không, thăm sư cô Diệu Trang.

Westow Hill, UK
Thứ Bảy, 8 tháng 4, 2023
3:05pm

Người sư nữ đang lúi húi tưới khóm hoa trước sân chùa. Tôi hắng giọng, sợ làm cô giật mình. Và cô giật mình thật, hoảng hốt quay lại nhìn vị khách đứng sau lưng.

"Mỹ Hạ," tôi lắp bắp khi nhìn gương mặt của người sư nữ, "Xin lỗi, sư cô Diệu Trang! Cô còn nhớ tôi không?"

"Xin lỗi, ông là ai? Tôi không được biết..." người sư nữ ngập ngừng.

Tôi nói, giọng nghèn nghẹn:

"Tôi đây mà, Tuệ đây mà... Mỹ Hạ... Gái Em... cô Diệu Trang... cô không nhận ra tôi sao?" Tôi miên man nói như trong mơ, "Tuệ ở trong xóm đường Lê Văn Duyệt. Tuệ làm đại nhạc hội. Tuệ làm báo. Cô không nhớ sao?"

Sư cô Diệu Trang đứng lặng một hồi lâu. Tôi có cảm tưởng như trong đầu của cô có những khúc phim quá khứ đang lướt qua thật nhanh, thật nhanh, thật nhanh... Cuối cùng, cô thì thào:

"Anh Tuệ! Ôi trời! Bây giờ nhìn anh khác quá!"

Tôi muốn ứa nước mắt, hỏi lại:

"Khác làm sao?"

"Khác lắm!" sư cô Diệu Trang chừng đã bình tĩnh lại, "Ngày xưa, anh như cái lá lúa, còn bây giờ..." cô không nói hết câu.

"... Tôi ngó ô dề lắm, phải không? Ba mươi năm rồi còn gì," tôi không ngờ mình vừa thốt ra hai chữ "ô dề" mà mẹ tôi ngày xưa hay dùng.

"Tôi nhớ ra anh rồi, anh đúng là anh Tuệ, nhưng... tôi không còn là Mỹ Hạ nữa. Tôi không còn là Gái Em nữa..."

Một người sư nữ khác từ trong chánh điện bước ra. Trông cô quen quen. Không nhìn tôi, cô bình thản nói với sư cô Diệu Trang:

"Sư cô mời khách vào chánh điện để đảnh lễ Phật nhé!"

Heaththrow Airport, UK
Chủ Nhật, 9 tháng 4, 2023
8:00am

Tôi mở cái laptop ra, viết cho Khanh Dung:

Hello Khanh Dung,

Tôi phải viết email cho Khanh Dung vì không thể viết một cái text message dài lê thê được. Và tôi cũng không muốn chờ đến lúc về lại Mỹ để kể chuyện về chuyến đi này. Tôi muốn kể bây giờ... nhưng thực tình là tôi cũng không biết kể đầu đuôi ra sao. Tôi không gặp được Mỹ Thu. Còn Mỹ Hạ, hay sư cô Diệu Trang, thì tôi... phải nói thế nào đây, tôi đã gặp mà cũng như không gặp cô ấy! Tôi nhớ rất rõ là mình đã bước vào sân chùa có một lần, và gặp một người sư nữ. Tôi có trao đổi vài lời với cô ta, nhưng không chắc là mình đã nói chuyện với một sư nữ xa lạ hay nói với chính sư cô Diệu Trang.

OMG, viết đến những dòng này, bây giờ tôi cũng không biết chắc là Khanh Dung có bao giờ đã kể cho tôi về Mỹ Thu hay Mỹ Hạ không nữa. Còn bài thuyết trình của tôi, hình như nó chỉ mới là một ý tưởng, ý tưởng đó có một tựa đề, và có cả một dàn bài. Bây giờ tôi cũng không chắc là mình đã đến trường đại học để thuyết trình nữa. Những gì xảy ra ở Vô Ưu Thiền Viện đã làm cho tôi phải đánh một dấu hỏi to tướng về mấy ngày qua ở xứ sương mù...

Tôi còn định viết thêm nữa, viết những dòng chữ loanh quanh, lẩn quẩn, thì tiếng loa đã vang vang gọi số chuyến bay của tôi. Chỉ kịp bấm nút SEND, để mặc câu chưa viết hết trong bức email, tôi vội vàng vơ lấy cái túi xách, nhét laptop vào, chạy về phía dãy hành khách đang sắp hàng chờ lên tàu.

Không hiểu sao, trong giây phút hối hả đó, tôi lại thấy hiện rõ ra mồn một trong đầu mình cái bìa báo có hình cô công chúa trong một vở tuồng cải lương do chính tay Diệu Trang, à không, Mỹ Hạ, ồ không, Gái Em đã nắn nót vẽ.

---

[1] *Tình Khúc Cho Em* (1970) – Lê Uyên Phương
[2] *Đêm Thấy Ta Là Thác Đổ* (1971) - Trịnh Công Sơn
[3] *Lối Về Xóm Nhỏ* (1952) – Trịnh Hưng
[4] *Biển Tình* (1966) – Lam Phương
[5] *Tính Anh Lính Chiến* (1959) – Lam Phương

THU

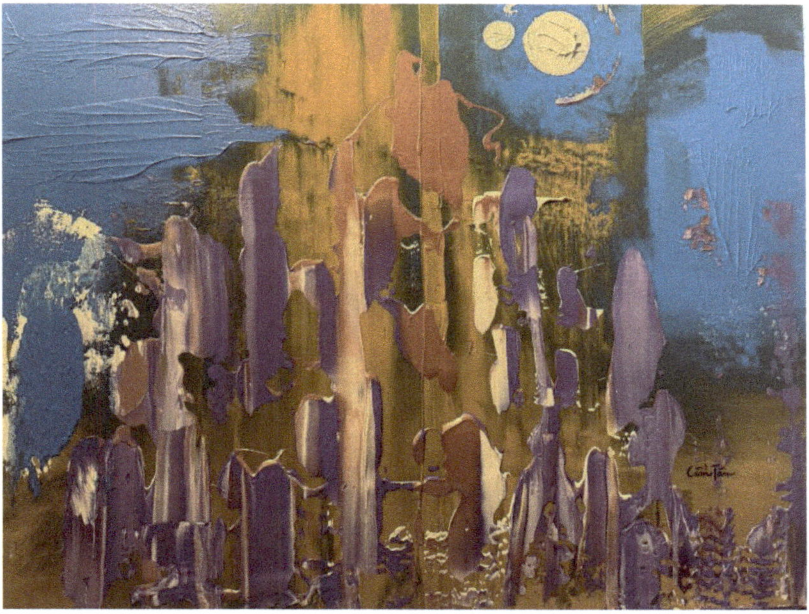

LẦU NGUYỆT MỘNG

HOÀNG HÔN CỦA MẸ

Năm nay là năm thứ 30 tôi ở Mỹ. Ngày ra đi trên một chiếc thuyền bằng một căn nhà nhỏ mà chất đầy 96 người, tôi chỉ một nách hai đứa con còn nhỏ dại, không biết sống nay chết mai, hay đi về nơi đâu. Chồng tôi chết trận chỉ vài tháng trước khi miền Nam mất vào tay cộng sản. Ba má tôi già yếu, chỉ biết giấu nước mắt nhìn con cháu trốn chế độ bạo tàn đi tìm tự do. Ngoài hai đứa con tôi, tài sản mà tôi mang theo chỉ là lòng thương yêu quê hương và gia đình tha thiết, và một kho tàng nhỏ ca dao tục ngữ mà má tôi truyền lại. Ở đâu, làm gì, gặp cảnh ngộ nào, tôi cũng chợt nhớ ra vài câu tục ngữ thích hợp với hoàn cảnh để được an ủi về mặt tinh thần. Tôi nhớ rõ từng câu má dạy, vào lúc nào, ở đâu, trong tình huống nào. Tựa hồ má vẫn đi theo tôi trên từng bước chân luân lạc của tôi trên xứ người.

Định cư ở Mỹ mới được ba năm, tôi cũng chưa hoàn toàn ổn định cuộc sống để có thể gởi quà về gia đình đều đặn và đầy đủ thì tôi được tin má đã qua đời sau một cơn bạo bệnh nơi quê nhà. Trong nỗi đau buồn mất mẹ, tôi chợt nhớ đến câu má nói *"Một mẹ già bằng ba con mọn"*, khi má đang còn chăm sóc bà ngoại lúc ấy đang nằm một chỗ. Má còn có phước được chăm sóc bà ngoại cho đến khi ngoại qua đời. Còn tôi vô phước chưa được một ngày báo hiếu, chăm lo cho má. Nhưng rồi tôi phải nuốt nước mắt nhớ thương, lo cho hai đứa con đang tuổi lớn, cần có tôi trong việc học hành, sinh hoạt hằng ngày.

Vài tháng sau đó. tôi may mắn đậu vào kỳ thi tuyển nhân viên chính phủ của một hãng bảo hiểm tai nạn lao động thuộc tiểu bang California. Cuộc sống trở nên dễ thở hơn cho tôi và hai cháu. Thời gian trôi qua dường như nhanh hơn. Rồi tôi lại nhận tin ba tôi mất, chấm dứt những ngày sống quạnh quẽ bên nhà không có má bên cạnh. Nước mắt tôi lúc này dường như khô cạn, tuy lòng tôi xót xa thương ba, tưởng tượng đến giờ phút lâm chung buồn bã của ông không có tôi bên cạnh. Tôi lại nén đau buồn, lấy công việc và con cái làm vui.

Ngày ngày tôi đi làm, bận bịu với công việc ở sở. Tối đến, tôi san sẻ buồn vui với hai cháu về một ngày vừa qua. Thoắt một cái, con trai lớn của tôi là Thịnh tốt nghiệp đại học rồi vào quân đội Mỹ. Em gái của Thịnh, Hồng Sa, cũng học xong đại học hai năm sau đó và kiếm được một việc làm ở một ngân hàng lớn trong vùng. Đó cũng là những năm cuối của tôi với công việc, vì tôi đã sẵn sàng về hưu, hưởng giai đoạn thứ ba của cuộc sống.

Lúc còn trẻ hơn, mỗi lần tôi nghe bạn bè hay người quen sắp về hưu, than thở về tuổi già đang kéo đến, tôi thường vui vẻ an ủi họ: "Nghĩ cho cùng, giai đoạn thứ ba của cuộc sống mới là giai đoạn có ý nghĩa nhất. Lúc còn trẻ thì phải lo học hành ngày đêm, tiền bạc thì chưa có. Lúc trung niên đi làm lại phải có nhiều trách nhiệm khác, tuy có đồng ra đồng vào, vẫn phải lo cho con cái, không có thì giờ nghĩ đến bản thân. Giai đoạn về hưu mới là giai đoạn sung sướng nhất. Không còn trách nhiệm nặng nề, chỉ mong có sức khoẻ và đừng quá thiếu thốn thì thật ra đó mới là lúc thảnh thơi nhất."

Khuyên bảo người khác thì hay lắm, nhưng đến lượt mình sắp về hưu thì tôi lại thấy những nỗi lo khác xuất hiện. Những nỗi lo này không nằm trong danh sách những điều tôi dùng để khuyên lơn người khác. Tôi lo không biết lương hưu có đủ cho tôi sống hằng ngày hay không. Tôi lo không biết phải ở đâu vì căn chung cư hai phòng ngủ mấy chục năm nay tôi thuê để sống với hai con sắp trở thành quá rộng và quá mắc. Thịnh không còn ở nhà nữa, mà Hồng Sa lại đang rục rịch làm đám cưới với một anh kỹ sư, đã đánh tiếng đang tìm mua nhà riêng.

Về việc này, tôi cũng rất buồn vì Hồng Sa chỉ thản nhiên báo cho tôi biết là nó và Huy, anh kỹ sư mà nó đang hẹn hò, đang dự tính lấy nhau, chứ không xin phép xin tắc gì tôi hết. Tôi vẫn còn thuộc nằm lòng câu má dạy *"Cha mẹ đặt đâu con ngồi đó."* Thật là mỉa mai đối với tôi trong lúc này. Tôi đem chuyện kể với cô bạn cùng sở và nhắc lại câu tục ngữ trên. Cô ta bật cười và bảo tôi không phải là người duy nhất đối diện với hoàn cảnh trớ trêu này. Cô ta còn nói thêm:

"Ở Mỹ này, một là bồ đừng xài ca dao tục ngữ ở bên Việt Nam nữa, hai là bồ phải sửa lại một chút mới xài được. Thí dụ nói như vầy chắc nghe có lý hơn: *'Cha mẹ đặt đây, con ngồi đó!'*"

Cô bạn nói đúng thật, nhưng tôi lại thấy cô ta cũng ác vì có thể cười cợt khi tôi đang buồn muốn chết. Dù sao đi nữa, tôi cũng thầm mong Hồng Sa sẽ mời tôi cùng ở với vợ chồng nó sau này. Với ý nghĩ thầm kín đó, tôi lại nhớ đến câu tục ngữ má nói ngày xưa *"Sống mỗi người mỗi nhà, chết mỗi người mỗi mồ."* Buồn cười là ngay lúc ấy tôi không muốn tin má nữa. Tôi nghĩ câu tục ngữ đó nghe có vẻ ích kỷ quá. Nếu ai cũng sống riêng rẽ thì lấy ai lo cho ai lúc tối lửa tắt đèn, lúc đau ốm bệnh hoạn chứ?

Ông bà ngày xưa dạy dỗ những thế hệ sau qua ca dao tục ngữ chắc cũng có lúc sai lầm chứ chẳng lẽ lúc nào cũng đúng cả? Không riêng gì má tôi ngày xưa mà bây giờ mấy ông già bà cả ở Mỹ cũng còn thích dùng tục ngữ trong lúc trò chuyện lắm. Chẳng hạn như chuyện anh bạn tôi có thằng cháu vừa ở Việt Nam qua định cư. Khác với những đợt định cư của thuyền nhân như tôi các đây vài thập kỷ, ra đi với hai bàn tay trắng, nhiều người ở Việt Nam qua sau này có mang theo ít nhiều tài sản dành dụm được từ bên nhà sang. Bà nội của anh chàng mới ở Việt Nam qua này, biết đứa cháu có rủng rỉnh ít tiền, khuyên bảo:

"Cháu nên tìm một căn nhà nhỏ mà mua đi. *'An cư lạc nghiệp'*, cháu ạ!"

Anh bạn tôi xen vào:

"Cô ơi, cháu phải xin lỗi cô trước, nhưng quan niệm an cư lạc nghiệp bây giờ đã lỗi thời rồi, nhất là ở Mỹ. Ở đây ai cũng phải kiếm một cái job trước, ổn định công việc một thời gian rồi mới thuê hay mua nhà ở gần chỗ làm. Bây giờ thì phải nói *'lạc nghiệp rồi mới an cư'* mới thích hợp, cô ơi!"

Bà cụ hứ to một tiếng, liếc anh một cái rõ dài:

"Anh ăn nói hay ho nhỉ! *'Áo mặc sao qua khỏi đầu'*, anh biết chưa?"

Nhà anh bạn tôi là người Bắc. Các cụ miền Bắc lúc nào nói cũng đậm đà, sâu sắc. Chẳng thế mà má tôi, vốn là người Nam, vẫn thường khen các cụ, dạy tôi câu tục ngữ thật độc đáo: *"Nói ở đây, chết cây Hà Nội."* Má tôi giảng: "Các cụ miền Bắc ăn nói thâm thuý lắm. Nhiều khi còn cay độc nữa. Chẳng thế mà ở một nơi thật xa Hà Nội, các cụ có thể nói một câu khiến cho cây cối ở mãi tận Hà Nội chết hết!"

Nhưng chẳng có câu tục ngữ ca dao nào giúp tôi giữ vững tinh thần trong lúc đó được. Sau khi hoàn tất các giấy tờ về hưu, tôi ngậm ngùi từ giã đồng nghiệp trong buổi tiệc dành riêng cho mình. Hai mươi mấy năm gắn bó với chỗ làm, bảo sao tôi không buồn cho được. Nhưng tôi phải tiến về phía trước trong giai đoạn thứ ba của cuộc sống, giai đoạn mà tôi vẫn thường rao giảng với mọi người là phần đời đẹp nhất trong mỗi chúng ta. Hiềm một nỗi là ngay lúc bắt đầu giai đoạn này cũng là lúc tôi cảm thấy hụt hẫng nhất. Lương hưu của tôi khá khiêm tốn, vắt mũi cũng chỉ vừa đút miệng. Lúc này lại là lúc giá bất động sản trong vùng đang lên cao. Mua hay thuê gì trong thời gian hiện tại cũng là một nan đề. Khi còn đi làm, lương của tôi dư trả tiền thuê nhà và trang trải những chi tiêu khác. Nay đồng lương hưu không còn làm cuộc sống của tôi thoải mái như trước. Nếu Hồng Sa còn độc thân thêm một thời gian nữa và phụ tiền nhà với tôi như lâu nay nó vẫn làm từ khi có việc thì tôi không đến nỗi phải lo trước mắt. Ngặt một nỗi là nó đang tính chuyện lấy chồng và ra riêng.

Một hôm, tôi đánh bạo dò ý nó:

"Nay mai con lấy chồng, tụi con có bàn nhau về việc mua hay thuê nhà không?"

Hồng Sa thủng thỉnh đáp:

"Dạ, anh Huy và con cũng đang kiếm mua một cái condo đó má."

Tôi tiếp tục thăm dò:

"Chà, vậy thì tụi con tính chuyện tiền down nhà ra sao? Nhà cửa bây giờ mắc mỏ lắm!"

Hồng Sa hồn nhiên kể:

"Má biết không, anh Huy mới tìm được một dự án bất động sản dành cho những người trẻ tuổi mới đi làm như tụi con. Họ cho mình down chỉ có 5% thôi nên tụi con sẽ lo liệu được."

Tôi vẫn chưa chịu ngưng:

"Vậy thì tiền nhà hằng tháng thì sao?"

Hồng Sa thản nhiên nói:

"Tụi con đứa nào cũng có việc làm, chắc không phải lo đâu má."

Tới đây thì tôi không úp mở hoài được nữa:

"Còn má thì con tính sao? Nay mai con ra riêng, cái apartment này hai phòng, má ở sao cho hết? Mà má cũng đâu có trả tiền nổi nữa với lương hưu của má!"

Hồng Sa nhìn tôi:

"Thì má trả lại, đừng thuê nữa!"

Tôi bắt đầu thấy nghẹn ngào:

"Rồi má biết ở đâu đây?"

Đến đây thì Hồng Sa đã hiểu ý tôi. Nó vội chặn đầu:

"Í! Má ở với tụi con không được đâu! Thấy kỳ lắm!"

Tôi làm như không thấy gì là kỳ hết:

"Má có thể giúp con coi nhà coi cửa, nấu ăn cho tụi con. Có vườn tược gì má cũng chăm sóc cho tụi con luôn."

Hồng Sa bật cười:

"Bộ má quên là má vẫn thường nói với con câu bà ngoại dạy *'Sống mỗi người mỗi nhà, chết mỗi người mỗi mồ'* sao?"

Í cha! Bây giờ con gái tôi lại dùng những gì tôi đã dạy nó làm "vũ khí" để "tấn công" mình! Chẳng biết tự bao giờ, tôi đã bắt đầu thủ thỉ với các con tôi những câu ca dao tục ngữ của má tôi ngày xưa. Tôi rất hãnh diện rằng hai đứa con mình nói sõi tiếng Việt ở xứ người. Đó là nhờ tôi chỉ dùng tiếng Việt trong nhà. Tôi hiểu rằng đằng sau mỗi ngôn ngữ luôn luôn có một nền văn hoá phong phú. Vì vậy tôi rất chăm chỉ dạy những kiến thức văn hoá cho hai đứa con của mình, trong đó có ca dao tục ngữ, bất cứ khi nào có cơ hội.

Nước mắt tôi bây giờ chỉ chực trào ra, nhưng tôi cố dằn lại. Chẳng lẽ tôi là mẹ mà lại đi đôi co với con gái, nói lại với nó: "Ủa, vậy sao hồi giờ ở với má con không lấy câu này ra áp dụng?" Tôi chỉ biết cười lạt, buông thõng một câu:

"Con dạo này khá đó! Ngôn ngữ, văn chương không thua ai hết."

Hồng Sa biết tôi giận, nói giả lả:

"Hay là má chịu khó mướn một căn apartment nào gần chỗ tụi con ở. Mình chạy qua chạy lại với nhau thì xa cũng như gần vậy."

Tôi nói xuôi xị:

"Bộ con tưởng giá apartment một phòng thời buổi này rẻ lắm sao? Ở khu tệ nhất giá chót cũng phải một hai ngàn đô trở lên. Má làm sao kham nổi!"

Hồng Sa bàn:

"Đi share phòng chắc rẻ hơn nhiều, phải không má?"

Nghe con nói vậy, tôi lại càng nghẹn ngào hơn. Tôi vừa quay đi vừa nói, giấu hai hàng nước mắt vừa lăn xuống má:

"Ý kiến cũng hay đó! Để má coi rồi tính sau."

Tôi lững thững bước ra cái patio nhỏ phía sau căn chung cư, nơi mà tôi và hai đứa con đã có bao nhiêu kỷ niệm trong mấy chục năm trời vừa qua. Sắp xa nơi này, lòng tôi sao nghe bùi ngùi khó tả. Tôi buồn buồn nhìn những liếp rau, cây chanh, cây ớt mà tôi đã tỉ mẩn chăm sóc trong thời gian qua. Chẳng hiểu cảm xúc lúc tôi xuống thuyền rời Việt Nam và cảm xúc sắp xa căn chung cư này, cái nào da diết hơn cái nào? Hay là cảm xúc ngày xưa xa quá rồi tôi không còn nhớ, chứ bây giờ tôi thấy quyến luyến nơi này quá đỗi. Rồi bỗng dưng tôi mường tượng đến những chuỗi ngày sắp tới phải sống một mình và chợt thấy bàng hoàng khôn tả.

Bấy lâu nay cuộc sống của tôi là với hai đứa con không lúc nào rời xa, như hình với bóng. Thịnh vào quân ngũ, tôi chưa thấy xa xôi lắm vì nó vẫn thường gọi điện thoại có hình ảnh về nói chuyện với tôi khá thường xuyên. Vả lại Hồng Sa vẫn còn bên cạnh tôi. Còn sắp tới... Tôi lại muốn rưng rưng nước mắt, không dám nghĩ đến nữa. Hồng Sa đáng trách hay tôi cũng ích kỷ? Nó đang háo hức với tình yêu, chuyện cưới hỏi, tổ ấm, đó có phải là chuyện bình thường không? Ngày xưa khi tôi cũng đang yêu, cũng mơ mộng chuyện chồng con, tôi có nghĩ đến má nhiều đâu! Có một lần, tôi ham chơi, về nhà trễ, chẳng giúp má chuyện bếp núc gì cả. Hôm đó má rầy tôi nhiều, vừa dọn cơm cho tôi ăn, má vừa cằn nhằn:

"Con gái lớn rồi mà hư quá, còn phải để mẹ hầu cơm nước! Đúng là *'một mẹ nuôi mười con; mười con không nuôi được một mẹ'*!"

Tôi xin lỗi má rối rít, nhưng trong lòng không đồng ý với câu má nói. Vừa ăn cơm, tôi vừa lén má cười tủm tỉm. Má tận tuỵ lo cho gia đình thì đã rõ ràng rồi, nhưng tôi cho rằng khi nói câu này, một là má muốn đề cao hơi quá đáng vai trò của người mẹ, hai là má không... giỏi toán! Tôi trộm nghĩ, trong mười đứa con chẳng lẽ không có đứa nào lo lại được cho cha mẹ hay sao? Quay nhanh cuốn phim cuộc đời cho tới hiện tại, trong hoàn cảnh này, bây giờ tôi mới thấm thía câu má nói. Đến lượt tôi làm mẹ, tôi mới hiểu vì sao ông bà mình đã nói ra một câu cay đắng nhưng cũng chất chứa đầy sự thật như vậy. Cũng may là hôm đó tôi không cãi lại má, lý sự với má về ý nghĩa của câu tục ngữ này.

Liên tiếp mấy tuần sau, tôi ráo riết hỏi thăm bạn bè xem có ai biết nơi nào quen giới thiệu cho tôi share phòng không. Tôi lên cả internet để tìm tin tức. Qua nhiều tuần lễ, nhiều cú điện thoại thăm dò chỗ share phòng, tôi mới ưng ý một chỗ nhất. Căn nhà đó chủ là một bà lớn tuổi, sống với hai người con, đều đã có gia đình (Đó, người ta vẫn sống chung với nhau được, còn mình...) Nhà bà ở khu Anaheim, gần Disneyland, nhưng cũng không phải là nơi hoàn toàn an ninh lắm. Tôi thì cũng đâu có thể kén cá chọn canh gì trong hoàn cảnh này, khi biết được giá share phòng là 700 đô, khá vừa với túi tiền của mình.

Bà chủ nhà có hai điều kiện, một là không nuôi thú vật, hai là không được nấu ăn. Điều kiện thứ hai cũng khá ngặt nghèo cho tôi, nhưng tôi cũng đành biết tắc lưỡi mà chấp nhận chứ biết sao hơn. Tôi lái xe đến gặp bà chủ cho hai bên biết nhau. Đến nơi gặp gỡ và nói chuyện với bà chủ, tôi cũng mừng vì thấy bà có vẻ nhân hậu, thật tình. Chắc bà cũng thấy tôi tội nghiệp sao đó, gần cuối câu chuyện, bà bỗng đổi ý và bảo sẽ cho tôi nấu ăn. Tôi mừng hết lớn, chưa biết nói sao thì bà đã nói tiếp:

"Tôi muốn cô có chỗ hoàn toàn riêng biệt với căn nhà, vừa hay cho cô mà cũng cho chúng tôi. Vì vậy cô sẽ không dùng chung bếp với chúng tôi mà tôi sẽ gọi thợ dựng cho cô một cái bếp bên hông nhà cho tiện."

Tôi ngại ngùng:

"Nhưng... nhưng như vậy thì sẽ tốn kém cho chị quá!"

Bà chủ vui vẻ nói:

"Cô đừng thắc mắc làm chi. Coi như tôi free cho tôi tháng đầu tiền nhà vậy mà. Người Việt với nhau không giúp đỡ nhau thì ai giúp mình?"

Nói là làm, vài hôm sau, bà chủ gọi thợ che mái tôn bên hông nhà, chỗ tiếp giáp với căn phòng tôi sẽ ở. Bà cho chạy ống nước vào "nhà bếp" mới. Một bên nhà bếp để mở cho tôi ra và từ căn phòng, còn bên kia, chỗ đi ra trước nhà, bà cho làm một cánh cửa ngăn lại. Bà đặt mua ở Home Depot một cái tủ nhà bếp, có vòi nước và chậu rửa chén hẳn hòi. Trên mặt tủ, kế bên chậu rửa chén là chỗ còn trống. Bà bảo tôi sắm một cái bếp gas nhỏ để nấu nướng. Bà còn cẩn thận mua một bình gas, bảo là "free" cho tôi lần đầu, về lâu về dài thì tôi phải tự mua lấy. Tôi đi từ ngạc nhiên này sang ngạc nhiên nọ, từ cảm xúc này sang cảm xúc khác. Vui mừng, cảm động, xen lẫn một chút tủi thân. Hôm đến xem nhà bếp mới, tôi gởi bà tiền nhà tháng đầu (bà không lấy tháng cuối như nhiều chủ nhà vẫn thường làm) và hẹn hai tuần nữa sẽ dọn đến.

Những ngày sau đó tôi bận rộn với việc chuẩn bị cho đám cưới của Hồng Sa và Huy. Đôi vợ chồng sắp cưới này, ngoài việc lo đám cưới, còn phải lo đủ thủ tục để dọn vào một căn condo mà chúng cũng vừa kịp mua. Lo cho con, tôi không có thì giờ nghĩ đến mình. Tôi lại có thêm một niềm vui là Thịnh xin nghỉ phép về dự đám cưới em gái. Trong đêm tiếp tân đám cưới Hồng Sa, tôi hết khóc lại cười. Mọi việc diễn ra như trong một giấc mơ đẹp, nhẹ nhàng, êm ái, mà cũng đầy ắp cảm xúc. Hai đứa con tôi, hai người thân còn lại trong đời tôi, nay đã thành nhân chi mỹ. Tôi cảm được một niềm hãnh diện kín đáo là mình đã tạm chu toàn bổn phận làm mẹ.

Lần đầu tiên tôi có được một niềm vui không vị kỷ, đó là vui lây với hạnh phúc mới của con gái mình. Nó khác với niềm vui khi thấy con mọc răng, biết lẫy, biết bò, tập đi tập đứng ngày chúng còn thơ bé. Bây giờ niềm vui của Hồng Sa là hoàn toàn thuộc về nó, và niềm vui lây của tôi sao mà thấy vị tha quá đỗi. Nhìn Thịnh khoẻ mạnh, rắn rỏi, đẹp trai, tôi càng vui gấp bội. Đêm ấy hình như tôi cụng ly, uống rượu với khách hơi nhiều, cười nói luôn miệng. Đến khuya về nhà, tôi chìm ngay trong giấc ngủ mệt nhoài.

Vài hôm sau, tôi trở lại với thực tế. Hồng Sa đã dọn vào nhà mới. Thịnh bịn rịn chia tay với tôi rồi trở lại đơn vị. Còn lại mình tôi với căn chung cư hai phòng trống vắng, lạnh lẽo, mà chỉ nay mai thôi tôi cũng sẽ rời xa. Đồ đạc trong nhà tôi đã cho hết vào từng thùng cạc-tông gọn ghẽ, cẩn thận ghi tên nội dung từng thùng trên nhãn để dán vào nắp thùng. Tôi phải cho đi hay bán tháo rất nhiều đồ đạc, vì chỗ mới của tôi chỉ chứa được một phần nhỏ những gì tôi đang có. Thịnh đã thuê một nhà kho cá nhân để xếp tạm những đồ vật trong phòng ngủ của nó. Đứng một mình trong căn phòng khách im lìm, tôi chợt nhận ra là cuộc đời mình vừa sang một trang mới.

Chưa bao giờ tôi thấy tôi trở về với chính tôi một cách thật rõ ràng như hôm nay. Bao nhiêu năm qua, từ lúc lo vượt biên đến lúc bôn ba để hội nhập nơi xứ người, lo cho con cái ăn học, lo cho nghề nghiệp của mình, tôi như mất đi chính tôi. Lúc nào tôi cũng hướng ngoại, lúc nào cũng phải cắn răng cố vươn lên trong cuộc sống. Tôi không có thì giờ để hướng nội, không có thì giờ để sống với chính mình, soi rọi tâm hồn mình, hay để độc thoại với nội tâm. Thì nay tôi đã có cơ hội rồi đó. Các con tôi như những con chim đã ra ràng, đã rời tổ ấm. Tôi là con chim mẹ, một hôm bỗng thấy mình không còn cần thiết cho ai nữa. Có lẽ bây giờ tôi phải cần đến tôi. Tôi phải dìu tôi đi cho đến hết cuộc đời. Tại sao lại không nhỉ? Bây giờ mới là lúc tôi sống một cuộc sống tràn đầy, trọn vẹn với tất cả ý nghĩa của nó.

Tôi gọi cho bà chủ nhà, xin phép ghé qua căn phòng để xem lại một vài chỗ trước khi thuê xe chở đồ đạc sang. Vừa lái xe tôi vừa gậm nhấm cảm giác của một người vừa thấy mình đang bắt đầu một cuộc sống mới. Hơn một lần, tôi có đọc ở đâu đó câu nói bằng tiếng Anh, đại khái có nghĩa là *"Ngày hôm nay là ngày đầu tiên của phần đời còn lại của bạn."* * Chẳng phải là chí lý lắm sao? Với ý nghĩ đó, tôi thấy như có một làn gió mới mẻ, tươi mát thổi nhẹ qua hồn mình. Nhưng một nỗi buồn nào đó vẫn cứ váng vất trong lòng tôi. Hai mắt tôi lại cay cay, nhưng trái tim tôi cũng có một niềm phấn khởi mỏng manh nào đó.

Xe tôi chạy từ từ vào khu xóm như đang còn uể oải trong giấc ngủ trưa, dưới ánh nắng cuối hè vẫn còn khá gay gắt. Tôi bấm chuông, bà chủ chạy ra tươi cười mở cửa cho tôi vào. Sau một vài câu trao đổi với nhau, bà ý tứ để tôi một mình trong căn phòng mới "của tôi". Ngày trước, khi còn ở với hai con, tôi chưa bao giờ có cảm giác sở hữu căn chung cư hai phòng ngủ. Điều này cũng phải thôi vì nhà là nhà thuê. Tuy thế, đối với căn phòng mà tôi sắp share này, cũng là phòng thuê mà sao tôi lại thấy như mình thật sự sở hữu nơi chốn nhỏ bé mà ấm cúng này.

Căn phòng ngó ra một cái patio có mái che và nhiều cây hoa và cây ăn trái. Cánh cửa trong phòng thông ra các phòng khác trong nhà đã được khoá kín lại. Vì vậy, coi như cái patio là của tôi, trừ khi người trong nhà chịu khó đi từ trước ra sau bằng lối đi bên hông còn lại. Tôi đi một vòng xem qua nhà tắm, cũng là của riêng tôi, và "nhà bếp" mới xây, trong lòng dâng lên một niềm hân hoan khó tả. Đây là nơi trú ngụ mới của mình, hy vọng là cho đến hết quãng đời còn lại. Đây là nơi bắt đầu của cuộc sống mới của mình. Tôi không nợ nần ai hết. Tôi chỉ mong trời thương cho mình sức khoẻ để khỏi làm phiền con cái.

Lúc tôi giật mình nhìn đồng hồ tay chỉ 7 giờ rưỡi thì nắng chiều cũng vừa tan đi những tia yếu ớt cuối ngày. Tôi nhẹ nhàng bước ra sân sau, nhìn mông ra bên kia bức tường. Đâu lưng với căn nhà của bà chủ là nhiều nhà hàng xóm san sát nhau. Trong buổi chiều vàng, tôi nghe đủ loại âm thanh sinh động của khu xóm sau một ngày làm việc. Tiếng người lớn rì rào nói chuyện, tiếng trẻ em kêu nhau ơi ới, bằng đủ loại ngôn ngữ: tiếng Anh có, tiếng Tây Ban Nha có, tiếng Việt cũng có nốt. Bên trên những mái nhà là một khoảng trời xanh, đang dần đổi sang màu tím biếc của hoàng hôn đang buông xuống.

Trong khu vườn nhỏ "của tôi", cái gì dường như cũng có, mỗi thứ một chút: chỗ này là cây chanh, chỗ kia là cây tắc; phía bên trái những khóm rau dền, cây đậu bắp, lá và quả không biết được bón phân ra sau mà xanh ngăn ngắt và lớn như tôi chưa từng bao giờ được thấy. Đặc biệt, có một bụi cây lớn có hoa trắng thật đẹp mà thoạt nhìn tôi ngỡ là hoa dâm bụt. Nhưng khi đến gần thì thấy không phải, vì lá không giống là cây dâm bụt, và hoa có cánh cũng khác với cánh hoa dâm bụt. Vả lại thật ra tôi cũng chưa từng thấy hoa dâm bụt trắng bao giờ. Hôm nào tôi sẽ hỏi bà chủ nhà xem loại hoa lạ này tên là gì mới được.

Tôi ghé ngồi xuống chiếc ghế sau nhà, yên lặng thưởng thức làn gió nhẹ của buổi hoàng hôn. Trong đầu tôi, tự dưng những hình ảnh ngày xưa liên tục tái hiện, từ lúc nhỏ ở với ba má, đến lúc lấy chồng, có con, vượt biên qua Mỹ và lập nghiệp cho đến bây giờ, tất cả như một khúc phim dài sống động. Hai đứa con tôi bây giờ sao mà thấy xa xôi quá đỗi, như một kỷ niệm nào xưa lăng lắc. Bỗng dưng tôi muốn gặp Hồng Sa ngay lúc này, thủ thỉ với nó rằng tôi không bao giờ giận nó cả. Có lẽ tôi sẽ nói cám ơn nó nữa là đằng khác, vì nhờ nó "hất hủi" mà tôi đã tình cờ tìm lại cuộc sống cho chính mình.

Tôi còn hình dung một ngày không xa, con gái tôi sẽ có những đứa bé xinh xinh, kháu khỉnh. Lúc ấy chắc nó sẽ lại cần đến tôi, cần bà ngoại trông cháu trong những lúc vợ chồng nó bận bịu. Chỉ tưởng tượng đến hình ảnh đó thôi mà lòng tôi bỗng dào dạt một tình thương ấm áp. Tôi chợt muốn nói với má tôi rằng ngày xưa má nói thật là đúng, một mẹ nuôi mười con, hay còn hơn thế nữa. Tôi còn muốn thêm vào câu nói đó là "cả mười đứa cháu nữa cũng được!" Trong buổi chiều đang dần xuống, lòng tôi bỗng thanh thản, nhẹ hẫng như một đám mây trắng nào vừa chìm trong bóng tối của một ngày vừa chấm dứt.

---

* Nguyên văn tiếng Anh *"Today is the first day of the rest of your life."* – Charles Dederich (1913-1997)

MÙA CHƯA XANH LÁ

Một trong những kỷ niệm không thể thiếu của mỗi lần hội ngộ cựu học sinh là tờ đặc san học trò. Những tờ đặc san đó chất chứa những hồi tưởng của mỗi chúng ta về ngôi trường xưa cũ, đong đầy biết bao nhiêu là ký ức hồn nhiên và đẹp đẽ của thuở mài đũng quần trên ghế nhà trường. Chắc ai trong giới học trò ngày xưa cũng ít nhiều yêu thích đọc sách, đọc báo. Một số lớn còn viết truyện, làm thơ đăng báo. Tôi có thể đem chính mình ra làm dẫn chứng cho điều này. Tôi không thể nào quên được cảm giác háo hức lúc tan trường vào mỗi chiều cuối tháng, chạy nhanh về sạp báo gần nhà để mua tờ Tuổi Hoa mà tôi đã ngóng chờ ròng rã cả tháng trời.

Những người mê sách báo hẳn còn nhớ những sạp báo nhỏ ngày xưa giăng đầy những tờ tạp chí dành cho người lớn lẫn trẻ em, bìa in offset đủ màu đủ sắc. Tờ nào cũng thơm lừng mùi mực mới. Có một dạo, lúc anh chàng đạp xe đưa nhật báo cho nhà tôi vẫn còn làm công việc này, mẹ tôi đặt mua thêm mấy tờ tạp chí cho tôi. Những lúc đúng vào dịp có một trong những tờ tạp chí đó phát hành, tờ nhật báo giao cho tôi nắn vào thấy cồm cộm bên trong. Tôi sung sướng biết rằng hôm đó tôi lại có dịp say sưa thưởng thức tờ tạp chí quên cả ăn, cả ngủ.

Cũng như rất nhiều người cùng trang lứa, tôi mua hầu hết những tạp chí dành cho tuổi trẻ của miền Nam thời đó: Thằng Bờm, Thiếu Nhi, Tuổi Hoa, Ngàn Thông, Tuổi Ngọc. Tôi đắm chìm vào thế giới thần tiên của văn chương, chữ nghĩa, của những bìa báo với minh hoạ dễ thương, xinh xắn. Có những hình trên bìa báo, những tác giả, những truyện ngắn mà cho đến bây giờ tôi vẫn còn nhớ rõ. Thế rồi tự bao giờ chẳng biết, tôi bắt đầu tập tễnh làm thơ viết văn, gởi tác phẩm của mình đến những tờ tạp chí đó. Thành tựu văn chương thuở nhỏ của tôi cũng không đến nỗi tệ. Tổng kết "văn nghiệp" ngắn ngủi thời niên thiếu, tôi đã có một số bài thơ, sưu tầm, chuyện vui cười đăng trên Thiếu Nhi, hai truyện ngắn, một trên Thiếu Nhi và một trên Tuổi Ngọc. Tuổi Hoa và Thằng Bờm, tiếc thay, chưa một lần chiếu cố đến thơ văn của tôi!

Vào năm tôi học lớp Chín, tờ đặc san hè của trường trung học Võ Tánh Nha Trang kêu gọi học sinh đóng góp bài vở. Với một chút "thành quả văn chương" trên hai tờ báo thiếu nhi đương thời, tôi mạnh dạn viết một truyện ngắn gởi đến ban biên tập. Vào thuở đó, một số tác giả thích lấy những câu thơ, câu văn hay câu nhạc của các tác giả nổi tiếng để làm tựa đề cho truyện ngắn của mình. Tôi còn nhớ cây bút Ngọc Minh có đăng một truyện ngắn trong tờ Tuổi Ngọc với nhan đề là *"Giữa Tường Trắng Lặng Câm"*, trích từ bài *"Ru Ta Ngậm Ngùi"* của Trịnh Công Sơn. Vì muốn ra vẻ thời thượng, tôi cũng bắt chước chọn một nhan đề cho truyện ngắn của mình dựa theo lời ca của người nhạc sĩ mà tôi cũng ưa thích. Thế là truyện ngắn *"Mùa Xanh Lá Vội"* của tôi (trích từ bài *"Ru Em Từng Ngón Xuân Nồng"*, cũng của cùng một nhạc sĩ) được ra đời sau một đêm dài tôi thức trắng để miệt mài viết viết, xoá xoá.

Truyện viết xong, gởi đi rồi, tôi cũng quên bẵng vì bị cuốn hút vào việc học hành và những sinh hoạt khác. Cho đến một hôm, lúc tôi đang ngồi học trong lớp, có hai ba anh học trò lớp chắc là đang học lớp 11, 12 đến trước cửa lớp và xin giáo sư được gặp tôi. Nghe giáo sư gọi tên mình ra ngoài nói chuyện với các anh, tôi ngỡ ngàng bước ra khỏi lớp. Đứng ngoài hành lang của tầng lầu quay mặt ra cổng chính của trường, tôi rụt rè hỏi các anh:

"Các anh gặp em có chuyện gì ạ?"

Một trong các anh hỏi lại tôi:

"Em là tác giả của truyện ngắn *'Mùa Xanh Lá Vội'* phải không?"

Tôi lặng người đi một vài giây rồi khẽ gật đầu, lí nhí chữ "dạ" trong miệng.

Một anh khác nói:

"Tụi anh là trong ban biên tập của đặc san Võ Tánh năm nay. Truyện em viết khá lắm, nhưng có vài chỗ còn chưa được chỉnh."

Anh thứ ba tiếp lời:

"Em có thể viết lại vài đoạn không? Rồi tụi anh sẽ cho đăng truyện của em."

Đoạn các anh nói rõ cho tôi biết chỗ nào cần phải viết lại. Tôi sung sướng hứa sẽ làm đúng như lời các anh dặn. Thế là đêm hôm đó tôi lại thức gần cả đêm để viết lại những chỗ cần sửa cho truyện ngắn của mình. Viết xong, tôi còn hứng chí sáng tác luôn một bài thơ nữa. Sáng hôm sau đi học, tôi hí hửng đem truyện ngắn vừa được viết lại và bài thơ mới kèm theo đến gặp ban biên tập để nộp vào.

Lần này thì tôi không quên nữa, ngày đêm mong đợi đặc san phát hành để được tận mắt thấy tác phẩm của mình trong tờ báo hè. Lúc đó chắc tôi tha hồ đem khoe với bạn bè cùng lớp. Hẳn chúng sẽ vừa ganh tị, vừa hãnh diện có một thằng bạn cùng lớp có tác phẩm dược đăng trên tờ đặc san của trường. Biết đâu sau này thằng bạn đó lại không trở thành một trong những nhà văn chói sáng trên văn đàn miền Nam tự do nhỉ?

Tôi còn nhớ hôm ấy tờ đặc san được phân phát cho các tác giả có bài được đăng (còn các học sinh khác phải mua) trong văn phòng khá chật chội của thầy giám thị nằm gần hội trường. Đợi đến phiên, tôi hãnh diện đọc tên mình và sung sướng đón nhận tờ báo trên tay, hân hoan bước ra khỏi văn phòng. Chạy đến một góc trường, tôi hồi hộp ngồi xuống, lật nhanh tờ tạp chí để tìm truyện ngắn của mình (và biết đâu cả bài thơ mới gởi?). Tờ đặc san hè Võ Tánh năm ấy, tôi còn nhớ rõ, không được in bằng giấy trắng như tôi từng tưởng tượng. Trái lại, không hiểu sao nó lại được in trên giấy nhiều màu khác nhau, lại là thứ giấy có phẩm chất khá là tồi tàn.

Lật tờ tạp chí mãi, lật mãi, từ trước ra sau, từ sau ra trước, tôi vẫn không thấy truyện ngắn của mình đâu. Chuyện gì đã xảy ra vậy? Không lẽ các anh trong ban biên tập cất công đến gặp tôi, bắt tôi sửa chữa chỗ này chỗ nọ trong truyện, để cuối cùng quyết định không đăng? Tôi nghẹn ngào, thẫn thờ lật từng trang báo như người vô hồn. Bỗng nhiên, tôi bắt gặp bài thơ của mình nằm trong góc của một trang báo, như một lời an ủi của ban biên tập dành cho tôi.

Tôi im lặng đọc lại bài thơ mình đã viết vội trong đêm khuya đó. Giá như chuyện này xảy ra ngày nay, chắc tôi đã tìm đến ban biên tập để hỏi cho ra lẽ vì sao cuối cùng truyện ngắn của mình không được xuất hiện trên đặc san. Tuy nhiên, ngày đó tôi là một cậu bé vô cùng nhút nhát, làm sao có thể cả gan đến chất vấn các đàn anh của mình về một việc như vậy. Tôi chỉ đoán già đoán non trong bụng là chắc giờ chót ban biên tập không còn chỗ cho truyện ngắn của tôi vì tôi gởi lại sau cho họ so với các bài khác. Còn việc nhét một bài thơ vào trang báo chắc cũng không khó gì cho lắm.

Bài thơ mà tôi đã làm trong một phút đầy ngẫu hứng mà không ngờ lại được đăng là bài thơ lục bát dưới đây:

TRÊN VAI NGƯỜI NGỦ MUỘN MÀNG

Đê mê giấc ngủ chiều xưa,
Đến nay tưởng nhớ cũng vừa xót xa.
Thâm cung, tình đã phôi pha,
Cách xa như đã cách xa lâu rồi.
Bỏ tình lăn lóc rớt rơi,
Nhưng sao lòng vẫn chưa nguôi cơn sầu.
Tóc đang ngả nối hai mầu,
Không mong gì nữa mưa ngâu phai tàn.
Trên vai người ngủ muộn màng,
Giọt hồng chan chứa hai hàng vu vơ.
Thôi xin ngừng lại giấc mơ,
Kiếp người nghe đã bơ vơ bao lần.

Ối trời ơi, bây giờ đọc lại bài thơ này, tôi thấy ngượng chín cả người! Nếu không biết lai lịch của bài thơ, chắc độc giả sẽ ngỡ rằng "thi sĩ" vừa có tuổi (*'tóc đang ngả nối hai màu'*), vừa từng trải trong tình trường (*'bỏ tình lăn lóc rớt rơi'*), vừa gặp nhiều oan trái trong cuộc sống (*'kiếp người nghe đã bơ vơ bao lần'*)! Có biết đâu tác giả chỉ là một cậu bé lớp Chín, hỉ mũi chưa sạch, miệng còn hôi sữa và chưa có bồ bao giờ cả. Lại nữa, bài thơ vẽ ra một cuộc tình vô cùng mỏi mệt, chán chường. Cô gái ngủ vật vờ trên vai chàng trai, trên mi vẫn còn đọng lại đôi dòng nước mắt (chắc là từ một lần giận hờn trước đó!). Tất cả những hình ảnh và cảm xúc đó được miêu tả lại như một bức tranh hoài niệm (*'đê mê giấc ngủ chiều xưa'*), gợi lên ý tưởng rằng tác giả đang nhìn lại cả một quãng đời đã qua của mình, với những cuộc tình đã trở thành ký ức. Đây chính là một ví dụ hùng hồn của câu "Văn tức... không phải là người!"

Bài thơ trên tôi còn nhớ được sau mấy mươi năm vì nó ngắn và có vần điệu nên từ câu này có thể nhớ tiếp đến câu sau. Còn truyện ngắn *"Mùa Xanh Lá Vội"*, viết với bao nhiêu cảm xúc mà không có duyên được đăng, tất nhiên tôi không còn bản thảo nữa. Tuy vậy, tôi vẫn còn nhớ đại khái cốt truyện của nó. Nội dung của truyện cũng đơn giản, chỉ là một tình cảm nhẹ nhàng, mới chớm giữa một thiếu nữ và một thanh niên là hàng xóm của nhau. Nhà của hai người cách nhau bằng một hàng giậu có lá phủ đầy kín, một loại lá chỉ đặc biệt xanh ngăn ngắt vào mùa hè. Hai người hàng xóm trẻ tuổi làm quen với nhau và thường đứng hai bên hàng giậu để nói chuyện, để trao đổi với nhau những câu nói vu vơ nhưng cũng rất nhiều hàm ý. Hết mùa hè, chàng trai phải đi học xa và hứa hẹn sẽ về lại với cô gái khi mùa lá lại xanh vào mùa hè năm tới. Thế là một năm chờ đợi trở nên dài đằng đẵng, tưởng như không bao giờ chấm dứt đối với người thiếu nữ. Mùa hè đến chưa, cô không biết, nhưng lá trên hàng giậu đã lại xanh ngăn ngắt, phơi phới như tấm tình non dại của người con gái mới lớn, mới vừa biết mong chờ một chàng trai. Câu chuyện không có một kết thúc rõ ràng, nhưng đây chính là hậu ý của người viết. Tác giả muốn người đọc đặt tờ tạp chí xuống, tự hỏi: "Lá đã vội xanh để mong chàng trai sớm trở lại với người thiếu nữ, hay lá đã xanh rồi mà chàng còn mải vui chơi ở đâu đó, quên mất lời hẹn thề với cô hàng xóm nơi quê nhà?"

Có những tác phẩm được xuất bản nhưng có lẽ đã chìm trong quên lãng. Nhưng cũng có những tác phẩm thiếu may mắn chưa được xuất hiện trên báo chí, mà thông điệp của chúng, bằng cách này hay cách khác, biết đâu có thể tình cờ tìm đến một số người nào đó, để lại trong tâm tư của họ mối đồng cảm với một âm điệu thân quen?

SINH NHẬT/MÙA THU

Tôi yêu mùa thu vì không gian quyến rũ, bàng bạc của nó. Tôi yêu mùa thu vì những vần thơ, câu nhạc lãng mạn về những chiếc lá vàng buồn buồn rơi rụng, hay bước chân ngơ ngác trên lá của một con nai lạc loài. Nhưng trên tất cả, tôi yêu mùa thu vì mùa thu có sinh nhật và tình yêu ấm áp của anh. Ngày đó, tôi từ mùa hè bước qua, lòng não nề, tan tác. Anh đứng chờ tôi ở ngưỡng cửa mùa thu, dang đôi tay ôm lấy tôi, vỗ về, yêu ái.

Nên tôi chọn mùa thu để trở về tìm lại anh, để muốn tin rằng thời gian không hề trôi qua, không gian chưa bao giờ thay đổi, và thân xác lẫn tâm hồn của ai cũng mãi hoài tươi trẻ.

Tôi đến bến xe lúc chỉ mới quá giữa trưa, nắng còn chói chang. Những bông phượng vĩ cuối cùng của mùa hè cũng vừa rụng xuống từ những tán cây hãy còn xanh mướt chạy dọc theo những con đường vắng vẻ trong thành phố. Ừ, mà thành phố hôm nay sao đìu hiu đến lạ thường. Cả bến xe đò cũng đang thiu thiu ngủ như một con rắn biếng lười dưới nắng. Từng dãy xe đò nằm san sát bên nhau, câm lặng. Tôi chọn chiếc xe cũ kỹ nhất, hình như còn sót lại từ những năm đầu thập niên tám mươi của thế kỷ trước. Tôi bước lên xe, thấy người tài xế ngồi im như một pho tượng. Không nhìn tôi, ông ta nói:

"Chào cô. Hôm nay đi xe không phải trả tiền."

Tôi gật gù tỏ ý cám ơn. Có lẽ ông đã biết tôi muốn đi đâu nên cũng không buồn hỏi và bắt đầu nổ máy xe. Trên xe chỉ có một mình tôi. Chiếc xe tách khỏi hàng xe mới toanh, từ từ rời khỏi thành phố không một bóng người. Tôi ngồi lặng lẽ trong chiếc xe rộng thênh thang, lơ đãng nhìn quang cảnh hai bên đường, thấy lạ nhiều hơn quen. Phố xá lùi dần về phía sau, nhường chỗ cho những cánh đồng thẳng tắp, có lúa vừa trổ đòng đòng chờ mùa gặt tới. Cũng trên con đường này, đã bao nhiêu lần anh chở tôi trên chiếc xe đạp cũ. Tôi áp mặt vào lưng anh, chết lịm đi trong mùi da thịt quen thuộc của anh, nghe tình yêu chắp cánh. Kỷ niệm bỗng ùa về như một cơn lốc êm ái, ngọt ngào.

Kìa những ngày ngồi cùng anh ngây ngất trên ban-công nhà anh. Ngây ngất vì tình yêu, ngây ngất vì ngụm ngói thuốc anh rít vào thật sâu rồi phả vào môi tôi theo nụ hôn cháy bỏng. Những lúc như vậy, cố nhiên là tôi thường nhắm nghiền hai mắt, để chỉ còn xúc giác, vị giác và khứu giác hừng hực quyện vào nhau, khiến tôi thấy mình bềnh bồng trong một giấc ngủ không bao giờ muốn thức dậy.

Kìa là lúc anh thủ thỉ vào tai tôi:

"Nhỏ đừng bao giờ bỏ anh nhé!"

Tôi không đáp lại lời nói đó, nhưng lúc ấy, trong đầu tôi thầm thì lời ca của một bản nhạc tình Pháp rất nổi tiếng do Frank Michael hát trong những quán cà-phê thời ấy, *Je ne veux pas te mentir/Non, à présent je vais pouvoir te le dire/Je ne ne peux pas vivre sans toi/parce-que je t'aime.* [1] Vậy đó. Tình yêu tuổi trẻ làm cho người ta mạnh dạn thốt lên những chữ dứt khoát, quyết liệt như "mãi mãi", "không bao giờ", "không thể nào..." Không có anh thì em sẽ chết mất. Em không thể sống thiếu anh. Anh là ý nghĩ đầu ngày của em. Anh là ý nghĩ cuối cùng trong ngày của em. Và anh tràn trề trong giấc ngủ, trong giấc mơ em.

Kìa là một hôm tôi giận dỗi bỏ về nhà chỉ vì một lý do rất đỗi vu vơ, bỏ lại anh ngẩn ngơ không hiểu vì sao. Nghe nói hôm ấy, khi tôi đã ra về, anh la hét dữ dội trong căn phòng của mình. Giận hờn cũng làm tình yêu sâu đậm thêm hay sao. Ngày hôm sau, tôi nhờ thằng em đạp xe ra đầu đường mua hai điếu thuốc bạc hà đầu lọc hiệu Sleigh để đem đến cho anh. Tôi nắn nót viết mấy hàng vào một mẩu giấy kèm theo hai điếu thuốc, *"Vĩnh biệt anh. Hút giùm nhỏ mấy điếu Sleigh này nhé."* Tuổi trẻ cũng thật buồn cười. Mới xa nhau đã xem là vĩnh biệt. Mới yêu nhau lại ngỡ là sẽ đến thiên thu. Chuyện gì cũng nhận nhìn một cách cực đoan, tuyệt đối.

Rồi lại trở lại với nhau, cuồng say còn hơn trước. Giận hờn quả là gia vị cho tình yêu. Và tình yêu làm cho người ta trịnh trọng hứa với nhau những lời to lớn. Mùa xuân đến, tôi cặm cụi làm một tấm thiệp bằng tay, viết vào một câu trịnh trọng, *"Gửi anh hết cuộc đời của nhỏ."* Làm như mình biết được cuộc đời của mình và cuộc đời của người đó sau này sẽ ra sao. Làm như một người có thể giữ cuộc đời của một người khác. Có biết đâu rồi một ngày, người đã ra đi qua một đại dương, kẻ còn ở lại sống đời nối tiếp.

Rồi đến đoạn kết, cũng như bao nhiêu đoạn kết khác. Có chăng là đoạn kết của chúng tôi đến vô cùng sớm sủa. Tình yêu bắt đầu cũng sớm, hai đứa mới cùng mười tám. Tình yêu kết thúc cũng thật vội vàng. Chỉ một năm sau đó. Về sau, tôi tự an ủi, có những người suốt đời cũng chưa nếm được hương vị tuyệt vời của tình yêu. Còn mình thì dù sao cũng đã có được *365 dimanches* [2], như Patricia Lavila vẫn thường thánh thót trong cái máy cassette cũ rích của tôi.

Nhưng giọng hát trong vắt của Lavila đã bị thay thế bằng tiếng nỉ non tội nghiệp của Vicky Leandros, ít nhất là cho riêng tôi, *Tu t'en vas/L'amour a pour toi/le sourire d'une autre/Je voudrais/mais ne peux t'en vouloir* [3]. Mỗi tâm tình của chúng ta như đều đã được những lời ca, câu nhạc diễn tả giùm, nghe mà quặn cả ruột. Tôi còn trẻ quá mà đã phải nếm hai chữ đau khổ. *Tu t'en vas.* Anh đã ra đi. Đất trời như sụp đổ. Thế giới như ngừng hoạt động. Ngày không còn là ngày. Đêm không còn là đêm. Tôi không còn là tôi. Làm như anh đã định nghĩa tôi vậy. Không còn anh, tôi thấy mình như vô nghĩa, vô hình, vô bóng, vô phương hướng.

Vậy mà một ngày mùa xuân, ngày mồng Hai Tết, tôi bặm môi ghé nhà thăm anh. Anh tiếp tôi, lịch sự nhưng xa cách. Anh không còn là anh, với tôi. Anh dắt tôi lên căn phòng thân quen ngày trước, nơi chúng tôi đã cùng nhau trải qua bao nhiêu ngày hoan lạc. Anh dửng dưng ngã người trên giường, nơi chúng tôi từng trao nhau những vòng tay, những nụ hôn và những mơ ước cho mai sau. Tôi cũng thử nằm xuống bên anh, thầm chờ đợi một cánh tay choàng qua người, nối lại những ngày yêu thương cũ. Nhưng không có gì xảy ra. Không gian thật ngột ngạt. Thời khắc thật nặng nề. Cuối cùng, tôi bẽ bàng đứng dậy, nói lời từ giã anh. Hay vĩnh biệt cũng thế. Không có gì khác nhau lắm.

Và bây giờ tôi ngồi đây, giữa những hàng băng ghế bỏ không trên chuyến xe đò chỉ có một hành khách và một tài xế. Xe bắt đầu đi qua dãy nhà cửa sầm uất, đi vào thành phố. Tôi quên mất tên của thành phố mình muốn đến.

"Thành phố này tên là gì hở anh?" tôi hỏi người tài xế.

"Thành phố này không có tên," ông ta trả lời, chưa một lần nhìn tôi từ đầu cho đến bây giờ. Ông có đó mà như không có đó. Tôi có cảm tưởng như nhiều lúc trên đoạn đường xe chạy, chỉ có mình tôi trên xe mà không có ông ta.

Xe dừng lại trước một khu xóm bên đường. Lúc này, nắng đã đậm đặc, biến thành một màu cam thẫm, gần như là màu đỏ. Các căn nhà trong xóm nằm kề nhau, gần đến nỗi trông như những thân cây, đứng xúm xít vào nhau như một khu rừng màu cam, tựa hồ đang rực cháy trong nắng chiều.

Nhà nào nhà nấy trông thật im lìm, dường như không có ai bên trong.

Tôi bước xuống xe, và người tài xế cùng chiếc xe đã chạy đi mất từ lúc nào, tôi cũng không rõ. Tôi tiếp tục đi sâu vào xóm, thỉnh thoảng lại nhìn vào cái phone cầm trên tay để lần theo địa chỉ nhà ghi trong đó. Địa chỉ này là nơi anh ở, như một người bạn đã cho tôi biết. Tin mới nhất mà tôi có được về anh là, sau một cơn bạo bệnh, anh phải ngồi xe lăn. Vợ anh, người mà nụ cười đã kéo anh ra khỏi vòng tay của tôi, *le sourire d'une autre*, quyết định rời bỏ thành phố biển ngày xưa của chúng tôi để đưa anh về nương náu nơi thành phố cảng này. Thành phố nằm bên một cái vịnh lớn mà ngay lúc này tôi không nhớ nổi tên. Tôi chỉ ghi có tên ngõ và số nhà của vợ chồng anh trong phone. Đường đi quanh co, gãy gọn như trên một bàn cờ, khiến tôi yên tâm rằng lúc về chỉ việc lần theo lối cũ để trở ra đường cái.

Cuối cùng, tôi đã đứng trước số nhà y như đã ghi trong phone. Căn nhà có hai tầng, tầng dưới lấy làm chỗ buôn bán, có một cái quầy bày đủ thứ tạp nhạp, bánh trái, nước giải khát, đồ đóng hộp, đồ dùng lặt vặt trong nhà... Từ đằng sau quầy, một người đàn bà bước ra vồn vã hỏi:

"Cô cần gì?"

Tôi ngó cô ta. Đúng là Hoài, *la femme dont le sourire l'a arraché à moi.* Hoài ngó lại tôi, ngỡ ngàng một phút, và chợt thốt lên:

"Chị Hương phải không?"

Hương nhìn Hoài. Hoài nhìn Hương. Hai người đàn bà ngày xưa cùng yêu một người, chưa một lần mặt đối mặt mà chỉ biết về nhau, hay chỉ thấy nhau thoáng qua trên đường phố. Tôi không trả lời câu hỏi mà đi thẳng vào đề, hỏi lại:

"Anh Từ đâu cô?"

Hoài cũng không trả lời câu hỏi của tôi, lẳng lặng quay người đi vào trong. Tôi đứng sững, tay chân thừa thãi, không biết phải làm gì. Phải một lúc sau, dễ đến mười lăm phút, Hoài mới xuất hiện trở lại, đẩy một người đàn ông gầy gò, râu ria xồm xoàm, ngồi trên chiếc xe lăn. Tôi không thể gọi người đàn ông đó là Từ, bởi không thể nào người đàn ông già nua, hom hem đó lại là Từ được.

"Anh Từ đây," Hoài nói gọn lỏn, rồi lại biến vào bên trong, như cố ý để hai chúng tôi tự nhiên với nhau. Anh nhìn tôi bằng cặp mắt vô hồn, với ánh mắt mà có người đã ví von là giống như nhìn vào một căn nhà không có người ở. Tôi lặng người, tiến lại đặt tay lên vai anh:

"Từ, em đây. Hương đây. Nhỏ đây."

Anh khẽ chớp mắt một cái, không nói gì. Tôi lại nói, giọng run run đứt quãng:

"Chúc mừng sinh nhật anh. Hôm nay là ngày 8 tháng Tám của anh!"

Từ sau tấm màn vải thô ngăn phía trước với phía sau, Hoài ló đầu ra nói:

"Ảnh không nói được nữa, chị à."

Hai giọt nước mắt ứa ra từ mắt anh, lăn xuống má. Bây giờ, tôi cũng là người không nói được nữa. Và cũng thấy nước mắt mình chảy dài, nóng hổi trên hai gò má. Tôi không tin người ngồi trước mặt tôi là Từ. Tôi không tin năm tháng lại có thể biến một người ra một người khác đến như vậy. Nhưng tôi cũng chợt giật mình. Biết đâu Từ cũng chẳng nhận ra được tôi nữa. Trước mặt Từ là một người đàn bà xa quê hương đã mấy chục năm. Nhỏ đâu mà nhỏ nữa. Tôi nói với một người mà tôi phải tin rằng là Từ, chứ thật ra tôi có thấy anh ngồi đó đâu. Anh của những tháng ngày hè rực rỡ ngày xưa, với những con đường đầy hoa phượng đỏ, với biển nồng nàn xanh thăm thẳm, với những ly cà-phê đặc quánh, với những điếu thuốc khen khét mùi bạc hà. Hai chúng tôi, kẻ đứng, người ngồi, nhìn nhau mà không thấy ra nhau. Như trong bức tranh *The Lovers II* của Rene Magritte. Như hai pho tượng bị thời gian làm méo mó hình hài, linh hồn chỉ chực chờ thoát ra khỏi vùng câu thúc ác nghiệt của kiếp người.

Như một khúc phim bị *edit*, tôi không thấy được phân cảnh mình đã chào từ giã anh và Hoài ra sao, mà chỉ thấy mình đang quay trở lại lối cũ dẫn ra bên ngoài xóm. Tôi bắt đầu đi từ lối này qua lối khác. Lối nào bây giờ cũng giống như lối nào, đi loanh quanh mà vẫn chưa thấy ngõ ra, như trong một mê cung. Hình như tôi thường bị lạc như thế này nhiều lần lắm rồi, trong những giấc mơ tội nghiệp nhiều đêm. *Recurrent dreams.* Khu xóm bây giờ không còn rực cháy lên màu cam đỏ nữa, mà đang bị một màu tím than phủ trùm lên cùng khắp. Tôi tiếp tục đi, đi mãi, đi trong tuyệt vọng, đi trong thổn thức, bàng hoàng.

Thình lình, tôi nhác thấy một bóng người đi trước mình độ vài chục thước. Tôi mừng rỡ rảo bước để bắt kịp người đó. Khi đi ngang hàng, tôi mới nhận ra, trong bóng tối lờ mờ, đó là Phong Lan. Tôi vừa thở vừa kêu lên:

"Phong Lan! Gặp bồ tui mừng quá! Tui đang bị lạc đây. Đi hoài mà sao không ra được khỏi xóm này."

Phong Lan là chị dâu của anh, vì cô lấy Nghĩa, anh kế của anh. Nghĩa mất đã lâu. Phong Lan đã lấy chồng khác, sống chung với đứa con trai cô có với Nghĩa bên Mỹ. Không biết vì sao cô lại có mặt ngay lúc này, trong cùng khu xóm mà tôi đang đi lạc. Cô nhìn tôi, cũng với ánh mắt vô hồn như anh ban nãy, không trả lời tôi, cũng không tỏ vẻ ngạc nhiên khi thấy tôi ở đây. Tôi nói tiếp:

"Tui vừa ghé thăm Từ đây. Tội nghiệp, bây giờ ảnh xuống sắc quá."

“Từ hả?” Phong Lan bấy giờ mới thong thả cất tiếng, “Ừ, tội thật. Hắn mất đã mấy năm nay rồi.”

Tôi chưa kịp tỏ vẻ kinh ngạc về điều Phong Lan vừa nói thì cô đã quay mặt đi tiếp, đi với một tốc độ nhanh khác thường khiến tôi không còn theo kịp nữa. Sương đêm bắt đầu rơi nặng hạt. Khí lạnh phả vào người làm tôi rùng mình mấy lượt. Nhà cửa hai bên con đường nhỏ tuyệt nhiên không có căn nào hắt ra một ánh đèn. Đêm đen tuyệt đối. Tôi lại tiếp tục đi, từ ngõ này sang ngõ khác. Ngõ tiếp ngõ. Không có con ngõ nào dẫn ra ngoài đường.

Tôi đi, đi mãi. Đi đến lúc có tiếng gà eo óc gáy. Bầu trời le lói ánh yếu ớt của sao Mai, nhưng đêm vẫn còn ngự trị khắp nơi. Tôi vừa đi vừa thầm nhủ, chẳng biết đến sáng mình có ra được khỏi khu xóm này hay không.

---

[1] *Je ne peux vivre sans toi* (1973) – Frank Michael
[2] *365 dimanches* (1973) – Patricia Lavila
[3] *Après toi* (1972) – Vicky Leandros

ĐÔNG

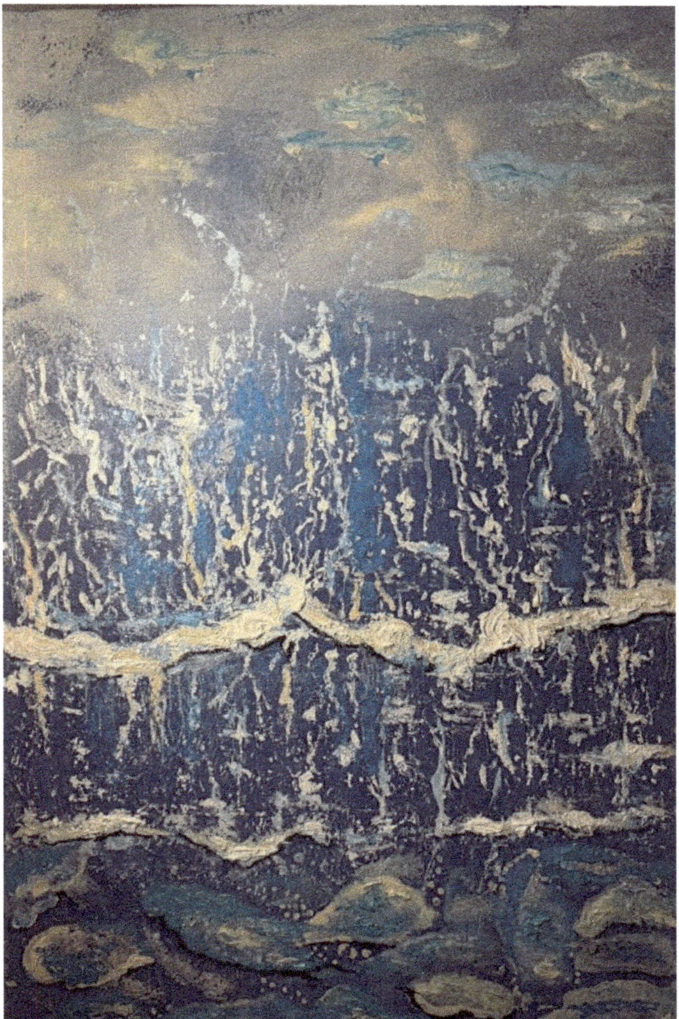

LỐI VỀ CỦA NƯỚC III

MÙA ĐÔNG BẤT TẬN

Mỗi lần mùa đông trở về với Cali, tôi lại bồi hồi nhớ lại những mùa đông ở một nơi khác. Không phải là những mùa đông êm ả, thân quen của Đà Lạt, nơi tôi sinh ra và lớn lên, mà là những mùa đông lạnh lẽo, vô cùng khắc nghiệt ở một nơi khác, xa lăng lắc. Nơi chốn đó đã cho tôi bao nhiêu kỷ niệm vui buồn, nhớ nhung của tuổi thanh xuân. Thành phố nhỏ bé đó có tên là Komsomolsk [1], ở tận xứ Ukraine xa tít mù, nơi tôi đã sống và làm việc trong suốt bốn năm trời, và cũng là nơi đã hun đúc nên một tình yêu cho mãi đến bây giờ.

Vào những năm 80, xã hội miền Nam đang đối diện với nhiều khó khăn kinh tế. Ở thành phố Đà Lạt, ngoài nghề trồng trọt, phần đông những cô gái trẻ như tôi đều vào hợp tác xã đan len để kiếm sống. Qua đó, tôi có cơ hội đi làm việc ở Liên Xô, theo cách gọi của thời quốc gia cộng sản này chưa sụp đổ.

Hồi đó, nghe đến tên Liên Xô, ai cũng nghĩ đến nước Nga, đến thủ đô Moscow. Tôi có ngờ đâu mình lại qua xứ Ukraine lạ lẫm này, đến một thành phố xa xôi, cách thủ đô Kiev hơn 300 cây số về phía nam. Lúc bước xuống máy bay, thấy bầu trời mùa đông ảm đạm của một nơi chốn xa lạ trước mắt, tôi thoáng hối hận đã quyết định đi đến xứ sở này. Tôi còn nhớ rõ cảm giác ngỡ ngàng lẫn lo âu khi ngồi trên chuyến xe buýt chạy qua những con đường thẳng tắp, hai bên là những toà nhà hình hộp cao lêu nghêu và lạnh lùng, nổi bật trên nền trời xám xịt và mặt đất phủ đầy tuyết trắng. Trên xe buýt cũng có nhiều người trạc tuổi tôi từ Việt Nam sang, lẫn vào những người từ nhiều nước khác đến. Xe buýt dừng lại trước một toà nhà chẳng khác gì những toà nhà mà tôi vừa đi qua. Sau này tôi mới biết chỗ mình ở gọi là "ốp" [2], chữ rút ngắn của danh từ tiếng Nga có nghĩa là 'ký túc xá'.

Vậy là tôi bước vào một cuộc sống mới. Trong ba tháng đầu tiên, cùng với rất nhiều người khác, tôi chỉ việc đến lớp học tiếng Nga và ăn ngon ngủ kỹ, chẳng phải làm việc gì khác. Sau thời gian này, tôi mới vào làm việc ở một nhà máy may mặc. Mùa đông ở xứ này kéo dài thật lâu. Trong suốt bốn năm trời ở đó, dù mùa xuân, mùa hạ và mùa thu có đến, tôi cũng không nhớ sâu sắc bằng những mùa đông lạnh lẽo và thê thiết đến tận cùng. Nhớ những ngày co ro trong nhiều lớp áo ấm mà vẫn còn nghe buốt đến xương, trên chuyến xe buýt sáng sáng chở mọi người đến nhà máy. Hay những buổi tối đường phố đã lên đèn, tôi cùng một hai người bạn gái xúm xít bên nhau đi vội đến cửa hàng gần chỗ ở để mua vài món cần dùng.

Tôi tưởng những ngày đông giá bất tận như thế sẽ nối đuôi nhau đến mãi lúc tôi trở về lại Việt Nam. Những ngày đông trầm lặng đó, tuy vậy, không phải là những ngày buồn bã đối với tôi. Trái lại, tôi còn thấy thật vui, hăm hở bước vào một cuộc sống mới, hãnh diện được lần đầu tiên kiếm ra đồng lương thật sự cho công sức của mình. Nhưng những ngày đông đó cũng rất lặng lờ, những tháng ngày của một người con gái mà trái tim vẫn còn bình thản, chưa một lần đập nhanh một nhịp vì ánh mắt của chàng trai nào đó. Trái tim của tôi lúc đó cũng lạnh lùng không kém mùa đông băng giá của xứ Ukraine.

Cho đến một hôm, lúc mọi người tíu tít trong phòng phát thư ở tầng trệt trong ốp, háo hức chờ những cánh thư ấm áp từ quê nhà gởi sang, tôi nhận được một lá thư thật bất ngờ. Lá thư đó không phải của ba me tôi hay các chị em tôi từ Đà Lạt gởi qua, mà là một phong thư đóng dấu của bưu điện Hoa Kỳ. Tôi ngạc nhiên liếc nhanh lên góc trái của bì thư để tìm tên người gởi. Tôi còn nhớ trong chính giây phút đó, tim tôi đập mạnh khác thường khi nhìn thấy tên của anh ở đó.

Anh không phải ai xa lạ hơn là anh chàng hàng xóm của tôi ở Đà Lạt ngày xưa, lúc chúng tôi còn là những đứa con nít ăn chưa no, lo chưa tới. Căn nhà bên cạnh nhà của ba me tôi bây giờ chính là nhà của gia đình anh ngày trước. Nhà tôi có năm chị em, còn nhà anh có sáu anh em, anh là thứ tư trong gia đình có ba trai, ba gái. Nhà anh dọn đến làm hàng xóm với gia đình tôi sau năm Mậu Thân, cái Tết đau buồn mà người dân miền Nam nào cũng không thể quên. Thuở ấy, hai cô gái lớn của nhà anh làm bạn với hai chị lớn của tôi, nên tôi lúc nào cũng là người ngoại cuộc vì còn bé quá. Phần anh, tuy bận chơi đùa với hai anh trai của mình, nhiều khi cũng thấy tội nghiệp cho tôi bị ra rìa trong những trò chơi con gái, nên thường chơi với tôi để tôi đỡ buồn. Không biết tự khi nào, anh đã mang lại cho tôi cái cảm giác ấm áp của một đứa bé gái có ông anh che chở, lắm khi còn chiều chuộng nữa.

Mỗi lần thấy tôi ngồi tủi thân, thèm thuồng nhìn các chị lớn chơi đồ hàng, buôn bán với nhau mà không cho tôi tham dự, anh thường ngừng chơi với lũ con trai, lại ngồi bên cạnh tìm chuyện nói với tôi. Lúc ấy tôi mới chừng năm, sáu tuổi, lại vốn nhút nhát, chẳng biết nói gì lại với anh. Tôi chỉ biết đưa mắt nhìn anh với vẻ biết ơn lẫn vui sướng. Thấy tôi ít nói, anh thường tìm hết chuyện này đến chuyện khác, không đầu không đuôi, để gợi cho tôi trả lời. Nhưng tôi cũng không biết nói chuyện lại thế nào, nên mãi rồi anh chàng cũng đâm chán, quay qua làm đồ chơi với tôi. Chúng tôi thường tìm các bông hoa đủ loại, đủ màu trong vườn, kết thành những vòng hoa sặc sỡ. Hai đứa cặm cụi kết hoa, làm xong lại vui vẻ quàng cho nhau. Niềm vui thật giản dị, nhưng chẳng khác gì những hạt mầm xanh mát nảy nở trong tâm hồn thơ dại của tôi.

Rồi gia đình của anh dọn về Sài Gòn. Lúc ấy, tôi còn bé quá, chỉ bâng khuâng cảm thấy một nỗi buồn thoang thoảng, âm thầm, trước quyết định của những người lớn. Gia đình anh đi rồi, chị em chúng tôi quay lại chơi với nhau. Nỗi buồn tuổi nhỏ của tôi cũng qua đi chóng vánh như ngày tháng tiếp tục trôi nhanh trước mặt. Chỉ một năm sau đó, miền Nam sụp đổ. Gia đình tôi quay cuồng theo cơn lốc thời cuộc, suốt ngày chỉ lo vật lộn với đời để kiếm miếng cơm, manh áo. Mãi đến vài năm sau, cả nhà tôi mới có dịp xuống Sài Gòn để me tôi thăm gia đình dì tôi. Trong dịp đó, chúng tôi cũng được gặp lại những người bạn hàng xóm ngày xưa.

Đã nhiều năm qua, ai cũng thay đổi cả. Người lớn thì già hẳn đi, nét mặt người nào cũng hằn vẻ ưu tư, mệt mỏi, trong khi cuộc sống càng ngày càng khó khăn. Chỉ có bọn trẻ chúng tôi là cứ vô tư lớn lên, tuy không còn là lũ con nít nghịch ngợm, hồn nhiên như dạo nào. Anh bây giờ đã là cậu thanh niên khá chững chạc, gặp lại tôi với ít nhiều bỡ ngỡ. Phần tôi, nếu ngày xưa không nói chuyện được với anh vì còn quá nhỏ, thì bây giờ cũng chẳng biết nói gì vì đã biết ngượng ngùng. Mẹ anh rủ gia đình chúng tôi đi Vũng Tàu chơi cho biết. Tôi còn nhớ rõ như in chuyến đi hôm đó. Không biết vô tình hay cố ý mà anh lại ngồi cạnh tôi trên chuyến xe đò ấy. Trong lúc ba me tôi và mẹ anh đang chuyện trò và lũ trẻ của hai bên cũng đang vui vẻ đùa giỡn với nhau, chợt có một người đàn ông ngồi ở hàng ghế song song với tôi và anh làm tôi chú ý.

Người đàn ông cứ nhìn chăm chăm vào tôi và anh. Trong tiếng xe chạy ầm ầm và tiếng nói cười của mọi người, ông ta bỗng thốt lên:

"Hai cô cậu này lớn lên sẽ thành vợ thành chồng với nhau!"

Lời nói lạ lùng của người đàn ông này, may quá, hình như chỉ có tôi và anh nghe, vì lúc đó mọi người chung quanh chúng tôi vẫn tiếp tục nói cười, chẳng ai để ý đến. Tôi còn nhớ mình khá bối rối khi nghe ông ta nói như vậy. Về sau, chẳng bao giờ tôi kể với ai về chuyện này cả. Tuy nhiên, lời nói đó đã gieo vào trong tôi một nỗi niềm gì khó tả. Phần anh, tôi nghĩ anh là con trai nên chắc không nhạy cảm như tôi, vì lúc ấy tôi thấy anh vẫn thản nhiên như không nghe gì cả.

Sau chuyến đi hôm đó, chúng tôi lại trở về với cuộc sống thường nhật của gia đình mình. Tôi trở về lại thành phố sương mù, ngày hai bữa đi làm ở hợp tác xã, sống một cuộc đời không ước mơ, không hoài bão. Một lần nọ, không nhớ có người quen nào của gia đình tôi từ Sài Gòn lên chơi, vô tình cho biết là anh đã vượt biên đi Mỹ cùng với hai người anh em trong nhà. Tôi nghe tin, lặng người đi trong một thoáng. Tôi nghe như có một nỗi mất mát dâng lên trong lòng, vừa phảng phất, vừa tuyệt vọng. Cái mất mát của một điều gì chưa được nắm trong tay, nó vừa man mác, vừa lắng đọng trong tâm hồn của người con gái mới lớn.

Tôi chỉ còn biết tìm khuây trong công việc hằng ngày, trong những niềm vui nho nhỏ với gia đình. Nỗi niềm riêng tư của tôi, tôi giấu kín trong một ngăn tim nhỏ, không biết thổ lộ với ai. Cho đến hôm nghe me tôi khoe với cả nhà là một người quen trong hợp tác xã có thể tìm được một chỗ đi lao động ở Liên Xô, tôi là người xung phong giành đi trước mọi người. Trong vô thức, tôi hy vọng một xứ miền mới lạ nào đó sẽ có thể giúp tôi quên lãng đi nỗi buồn không dám đặt tên vừa nhen nhóm trong lòng.

Mà như thế thật. Những tháng ngày mới mẻ ở thành phố mùa đông xứ Ukraine đã không cho tôi có dịp nhớ đến những trăn trở trong tâm hồn như khi còn ở trong nước. Hằng ngày tôi phải đánh vật với những chữ tiếng Nga khó nuốt, vừa dài, vừa trúc trắc, đọc muốn trẹo cả lưỡi. Văn phạm tiếng Nga khó còn hơn những công thức toán tôi học ngày trước. Nói hết được một câu có đầu có đuôi là cả một kỳ công đáng hãnh diện. Tối tối về đến ký túc xá sau một ngày dài làm việc, sau khi ăn vội bữa cơm, tôi chìm ngay vào giấc ngủ li bì, không mộng mị.

Mùa đông ở Komsomolsk như làm đông cứng cả vạn vật, nhưng hình như nó chưa đủ làm đông những giọt nước mắt một hôm bất ngờ ứa ra vì một điều tôi không bao giờ trông đợi. Trong buổi nhận lá thư bất ngờ đó của anh từ nước Mỹ xa xôi gởi sang, hai giọt nước mắt chợt lăn dài trên má tôi. Nhưng đó là giọt nước mắt của sung sướng lẫn ngạc nhiên. Tôi hồi hộp xé phong bì ra, nôn nóng đọc những dòng chữ của anh, trong lòng tràn đầy những cảm xúc khó tả bằng lời.

Trong lá thư đầu tiên của anh gởi cho tôi đó, lời lẽ của anh rất chừng mực, ý tứ. Anh cho tôi biết là anh có viết thư thăm ba me tôi và được biết là tôi đã đi Liên Xô làm việc. Anh xin địa chỉ của tôi để liên lạc ngay. Anh nói, anh mong lá thư của anh sẽ là một niềm vui nho nhỏ trong cuộc sống của tôi ở xứ miền xa xôi đó. Anh cũng kể cho tôi nghe về sinh hoạt của anh ở Mỹ. Anh bảo mình đã có việc làm ổn định ở miền nam California và hy vọng có ngày tôi sẽ có dịp đến thăm thành phố biển nơi anh ở.

Buổi sáng hôm sau, khi tôi thức dậy, mùa đông vẫn còn ngoài khung cửa sổ. Nhưng trong lòng tôi ấm áp một cách lạ thường. Từ hôm đó trở đi, tôi đâm ra có cảm tình với mùa đông ở đây. Tôi yêu cái lạnh thấu xương đã từng làm tôi tê tái, vì bây giờ chính cái lạnh đó đã làm cảm giác ấm áp trong lòng tôi trở thành một niềm an ủi vô biên. Mặt trời thường vắng bóng trong những ngày đông giá, nhưng tôi đã có những tia nắng ấm trong lòng rồi, chẳng màng gì đến cảnh vật chung quanh. Tôi không sao quên được lá thư đầu tiên trả lời cho anh đã khó viết đến chừng nào. Trong gian phòng vắng lặng bên người bạn cùng phòng đã ngủ say, tôi cứ loay hoay với giấy bút thật lâu mà chưa viết được dòng chữ nào. Tôi phải viết làm sao để giọng văn của mình không được quá nồng nhiệt, mà cũng không thể nào quá lãnh đạm. Cuối cùng, tôi cũng hoàn thành công việc khó nhọc đó, cẩn thận bỏ thư vào phong bì, nắn nót viết tên anh và cái địa chỉ mới biết lần đầu mà chừng như đã thân quen ở miền Cali, vừa xa mà như vừa gần.

Từ đó trở đi, mỗi lần xuống phòng phát thư là mỗi lần tôi náo nức, trông chờ. Có những lần tôi vui khôn xiết, tay cầm lá thư của anh trong tay mà tôi tưởng tượng như chuyên chở cả bao nhiêu làn gió mát của vùng biển mà anh đang ở. Cũng có không biết bao lần tôi buồn bã, thất vọng, tay không quay về phòng. Thư của anh không có, thư nhà cũng chẳng qua. Có điều là nếp sống của tôi không còn phẳng lặng, đơn điệu như trước nữa. Tôi hoà mình với các bạn nhiều hơn, cởi mở, nói cười nhiều hơn. Ai tinh ý cũng đoán được những đổi thay trong tôi. Có hôm tôi còn cùng các bạn gái táo bạo uống thử rượu vodka trong một lần tiệc tùng trong ốp. Mặt tôi đỏ bừng vì men rượu mạnh, càng làm tôi ngây ngất với những cảm xúc mới lạ trong hồn.

Những cánh thư qua lại giữa tôi và anh càng ngày càng nồng ấm, đậm đà hơn, như mùa xuân đang chậm rãi trở về với đất trời, làm băng tuyết tan ra dưới ánh mặt trời ấm áp. Lời thư của chúng tôi mới đầu còn e ấp qua những ý ẩn hiện sau từng dòng chữ, rồi dần dần rõ ràng qua những lời lẽ dạn dĩ hơn. Cuối cùng, chúng tôi háo hức gởi cho nhau những bức thư tình, chẳng còn giấu giếm những tình cảm dành cho nhau với thời gian qua mà chúng tôi không hề hay biết. Làm sao tôi quên được hộp sô-cô-la hình trái tim mà anh gởi tặng tôi nhân ngày Lễ Tình Yêu bên Mỹ mà vốn vẫn còn xa lạ với người dân Liên Xô vào thời đó. Hay có lần anh báo cho tôi biết là anh có gởi tặng tôi một sợi dây chuyền vàng có hình thánh Giu-Se là vị thánh bổn mạng của anh, như một bằng chứng tình yêu anh dành cho tôi. Lúc đó, tôi cứ ngày đêm chờ đợi món quà đó mà không thấy đến. Mãi sau anh mới cho tôi hay là nó đã bị gởi trả lại về Mỹ, và sau này tôi mới được thật sự cầm nó trong tay khi chúng tôi gặp mặt nhau.

Kể cũng lạ, tôi yêu anh chỉ qua hình ảnh và trong trí nhớ, vì giữa tôi với anh chưa có lần nào thật sự gần gũi để tìm hiểu nhau. Tôi nghĩ chắc tình cảm quý báu mà tôi có được với anh ngày còn nhỏ chính là nền tảng cho tình yêu đến với chúng tôi sau này. Thêm vào đó, lời thư của anh mỗi lúc mỗi thêm nồng nàn, tha thiết, bảo sao cô thiếu nữ mới lớn như tôi cầm lòng cho được? Và điều tôi âm thầm chờ đợi trong một thời gian thật lâu cuối cùng đã xảy ra. Trong bức thư mới nhất, anh kết thúc với câu sau: "Em yêu, em hãy trở thành vợ của anh nhé. Anh không chấp nhận câu trả lời không của em đâu!" Tôi ứa nước mắt, áp lá thư vào ngực, chẳng biết mình có tưởng tượng ra câu đó hay không. Để đánh tan nỗi hoài nghi vẫn nặng trĩu trong lòng, tôi phải đọc đi đọc lại dòng chữ ấy cả chục lần, tất nhiên là lần nào cũng qua màn nước mắt.

Bốn năm làm việc tại Ukraine của tôi chấm dứt như một giấc mơ. Chắc tôi là người hạnh phúc nhất trong đám bạn bè đang hăm hở quay lại quê nhà. Ngồi trên chuyến bay đường dài, tôi miên man nghĩ đến lúc được gặp lại ba me, các chị và các em. Chắc cả nhà sẽ ngạc nhiên khi đón tôi ở phi trường, thấy một thiếu nữ đã trưởng thành, chững chạc và dày dạn, khác hẳn mấy năm trước. Người thiếu nữ đó quay lại quê hương với một trái tim đầy ắp những niềm vui và hy vọng. Lâu nay tôi đã nói sơ qua cho me tôi biết chuyện của tôi và anh, nhưng lời cầu hôn của anh thì tôi để dành khi về nhà mới cho mọi người biết. Hơn nữa, bắt đầu từ đây là phải có người lớn can dự vào. Anh sẽ phải nhờ mẹ anh đánh tiếng với ba me tôi rồi chuyện gì kế tiếp mới có thể diễn ra được.

Bỗng dưng thực tế đã chen vào thế giới đầy mộng tưởng của tôi. Lúc mọi chuyện càng ngày ngày càng sắp đến gần, tôi đâm ra sợ nhiều hơn là mừng. Mẹ của anh từ bên Mỹ đã viết thư qua lại với ba me tôi để bàn tính chuyện tác hợp cho anh và tôi. Rồi mọi việc cứ thế mà dồn dập đến. Chẳng bao lâu, ngày anh về để làm đám cưới với tôi sẽ đến. Lúc này thì tôi thật sự phát hoảng. Từ lúc đi chơi với nhau ở Vũng Tàu cho đến bây giờ đã hơn cả chục năm, anh và tôi chưa bao giờ gặp lại nhau. Có thấy chăng là chỉ qua hình ảnh chúng tôi trao đổi cho nhau kèm với những lá thư xuyên đại dương từ bấy lâu nay. Tôi hồi hộp không biết bây giờ anh ra sao. Lúc chúng tôi gặp lại sẽ như thế nào, cảm xúc có giống như lúc qua thư từ hay không, tôi lo lắng thật tình.

Cảm giác lo lắng của tôi cứ tăng dần khi ngày về của anh càng sắp đến. Cả nhà tôi xuống Sài Gòn để đón anh về. Lúc mọi người đứng đợi chuyến bay của anh sắp hạ cánh, tôi như người đang sống trong một giấc mơ khó hiểu, vừa êm ái, vừa đầy những hoang mang. Tim tôi như thót lại khi thấy anh bằng xương bằng thịt, đi giữa dòng người từ những chiếc phi cơ vừa đáp xuống. Trong lúc tôi còn loay hoay chưa biết phải làm gì, khi anh vừa tiến gần đến chúng tôi, me tôi đã bước ra, ôm lấy anh và hôn lên trán anh một cái thật đằm thắm. Trong mấy anh chị em anh, me tôi vẫn thương anh nhất vì anh là người dễ mến, lúc nào cũng tỏ ra ân cần với người chung quanh. Lúc đó, tôi chỉ biết đứng một chỗ, không ngăn nổi hai dòng nước mắt khi thấy hạnh phúc đến thật gần.

Rồi giấc mơ cứ như kéo dài mãi không dứt. Trong những ngày kế tiếp, anh và tôi có dịp gần bên nhau, đi chơi quanh thành phố, nói với nhau những lời mà thư từ không chuyên chở hết. Cảm giác ngỡ ngàng của tôi trước khi anh về không còn nữa. Tôi lại thấy anh gần gũi như xưa, tựa hồ như hai mươi năm qua chưa bao giờ làm gián đoạn những giây phút hồn nhiên của hai đứa. Đám cưới của chúng tôi là một cơn mơ khác, trong đó tôi như tê dại với bao nhiêu cảm xúc ngập tràn. Tôi không nhớ là mình đã rớt bao nhiêu giọt nước mắt hạnh phúc trong cái ngày không thể quên đó.

Rồi tiếp theo những cơn mơ đẹp, thực tế lại trở về. Sau ba tuần trăng mật ngắn ngủi, Anh phải quay về Mỹ. Ngày tiễn anh đi, tôi lại khóc. Tội nghiệp cho trái tim tôi, nó phải thay đổi biết bao lần những nhịp đập vì bao nhiêu buồn vui cứ tuần tự thay phiên nhau trong tôi suốt những ngày ấy. Anh đi rồi, tôi như hụt hẫng. Ngày xưa còn xa nhau, tôi chịu đựng được vì chúng tôi chưa là vợ chồng. Bây giờ, mối quan hệ mới mẻ đó đã làm cho tôi thay đổi cách suy nghĩ, ngay cả cách đợi chờ. Tôi lại trở nên ít nói, suốt ngày cứ muốn thu mình lại, gậm nhấm nỗi buồn, nỗi nhớ. Tôi phải chờ anh đến bao giờ? Giấy tờ bảo lãnh anh mới vừa làm, còn biết bao nhiêu năm tháng nữa vợ chồng tôi mới gặp lại nhau? Bây giờ tôi dễ khóc lắm. Ai hỏi gì, lỡ động đến chuyện chúng tôi, tôi lại không kềm nổi dòng nước mắt. Trái tim tôi lúc nào cũng như đang thổn thức, chỉ chực chờ cơ hội là nó lại khiến những dòng lệ trào ra trên má tôi, mặc kệ chị em tôi nhiều khi trêu con bé vẫn còn dễ khóc như thuở nào còn nhỏ xíu.

Hai năm dài trôi qua, tưởng chừng như hai thiên thu đã qua trên những tháng ngày trống vắng của tôi ở xứ sương mù. Thế giới riêng của tôi là những cơn mơ hỗn độn, nhạt nhoà, pha trộn thuở ấu thời, những năm tháng ở Komsomolsk và những ngày trăng mật nồng ấm. Anh gọi điện thoại cho tôi rất thường xuyên, làm cho tôi càng nôn nóng đến ngày cùng anh đoàn tụ. Mùa đông lại trở về ở Đà

Lạt. Mùa đông cho tôi nỗi nhớ, niềm hạnh phúc và những chờ mong. Cuối cùng, mùa đông đã đem đến niềm hạnh phúc vỡ bờ mà tôi hằng mong đợi. Sao bao nhiêu trắc trở về giấy tờ bảo lãnh, Anh đã trở về đón tôi qua Mỹ. Một giấc mơ lớn lại bắt đầu đối với tôi, kể từ ngày tôi đặt chân đến miền Cali nắng ấm trong mộng tưởng của biết bao nhiêu người.

Bốn mùa thay nhau làm đẹp cuộc sống, nhưng mùa đông vẫn có một chỗ thật đặc biệt trong trái tim tôi. Tình yêu của anh và tôi đã nhem nhóm như một ngọn lửa nhỏ mà vô cùng mạnh mẽ trong mùa đông của một xứ sở xa xôi trên bản đồ thế giới. Làm sao mà tôi không yêu mùa đông cho được, và làm sao tôi có thể quên mùa đông, khi mỗi năm nó lại trở về, mang tràn trề hơi ấm kỷ niệm trong những làn gió buốt. Khi muốn cám ơn tình yêu, tôi phải cám ơn mùa đông đã giúp tôi viết lại một đoạn đời thật đẹp trong vùng ký ức của mình.

---

[1] Vào năm 2016 đã đổi tên thành Horishni Plavni (Горішні Плавні, theo chính tả tiếng Ukraine).

[2] Dạng đầy đủ trong tiếng Nga là общежитие.

MÁNG CỎ ẤU THỜI

Tôi vừa gặp một người có ít nhiều liên quan đến quãng đời xưa cũ, xa lăng lắc của mình. Đang đứng tần ngần nhìn các cây thông Giáng Sinh bằng nhựa đủ kiểu, đủ cỡ bày trong một cửa tiệm, chưa biết lựa cây nào thì tôi nghe có tiếng người hỏi từ phía sau:

"Xin lỗi, cậu là cậu Việt, phải không?"

Tôi hơi giật mình, quay lại, thấy một người đàn ông đứng tuổi mà trước đây tôi chưa bao giờ gặp.

"Dạ phải", tôi e dè đáp.

"Tôi hơi đường đột, cậu bỏ qua cho", người đàn ông nói tiếp, "Tôi là Nhơn, em của ông Quới, trung sĩ Quới ngày trước làm chung chỗ với ông thân của cậu."

"Chú Quới..." tôi nhớ ra ngay, "Chú Quới làm quân tiếp vụ ở trường Đồng Đế Nha Trang, cháu nhớ chứ. Nhưng... chú thì hồi đó cháu không được biết."

"Cậu không biết tôi là phải", người đàn ông mỉm cười, "Tôi vô Sài Gòn làm ăn từ lâu, thỉnh thoảng mới về Nha Trang thăm nhà một lần. Khi cộng sản chiếm miền Nam, từ Sài Gòn tôi chạy thẳng luôn qua Mỹ."

Tôi chợt thắc mắc:

"À, mà làm sao chú nhận ra cháu được vậy?"

"Cũng tình cờ thôi", ông Nhơn đáp, "Mấy tuần trước tôi đọc trên báo thấy cậu có viết một bài về ba cậu, có cả hình hai cha con nữa. Tôi mừng quá, tưởng đâu là sẽ bắt được liên lạc với ông cụ. Dè đâu dọc tới cuối bài, thấy cậu ghi là để tưởng niệm ba cậu, tôi mới biết là ông cụ đã mất rồi."

Ông Nhơn ngó tôi một hồi lâu:

"Cậu giống ba cậu lắm. Không cần cái hình trên báo, tôi cũng có thể nhận ra cậu được."

"Vậy là chú cũng có gặp ba cháu rồi sao?" tôi hỏi.

"Có chớ, lần nào về Nha Trang, ghé thăm anh Quới ở trường Đồng Đế, tôi cũng gặp ba cậu hết."

Tôi sực nhớ ra:

"Gia đình chú Quới bây giờ ra sao, chú?"

"Chị Quới mất hơn 15 năm rồi, còn anh Quới mất sau đó ba năm. Thằng con của hai người... tôi không liên lạc với nó cũng mấy năm nay. Lần chót tôi còn thơ từ qua lại với nó, nó vẫn còn ở Nha Trang."

"Thằng On, phải không chú?"

"Cậu nhớ tên nó hay đó, mấy chục năm rồi..." ông Nhơn gật gù nói, "À, tôi muốn nói chuyện thêm với cậu nhưng bây giờ chưa tiện, vậy cậu cho tôi xin địa chỉ *email* để tôi với cậu liên lạc, hẹn một bữa khác, đi uống cà-phê cà-pháo..."

"Dạ, để cháu cho chú số điện thoại, mình *text* qua *text* lại cho nhanh."

"Số điện thoại thì được, nhưng tôi không quen *text*, cậu à", ông Nhơn thú nhận, "Tôi biết dùng *email* cũng là tân tiến lắm rồi."

Tôi mỉm cười thông cảm, nhờ ông đọc số điện thoại của ông để tôi gọi ngay lúc đó. Khi điện thoại của ông Nhơn reo lên, tôi nói:

"Chú cho cháu mượn cái *phone* của chú đi. Cháu sẽ giúp chú *save* lại số của cháu mới gọi chú đó... Rồi bây giờ chú đọc địa chỉ *email* của chú, cháu sẽ ghi lại vào *phone* của cháu."

Trao đổi chi tiết liên lạc xong xuôi, chúng tôi chào tạm biệt nhau. Tôi đứng yên chỗ cũ, định thần một lát rồi mới nhớ lại hồi nãy mình đang làm gì. Tôi tiếp tục ngó qua các cây thông, cuối cùng chọn một cây cỡ trung bình, chắc là vừa với *family room* của nhà tôi. Tôi hí hoáy ghi mã số của cây thông rồi tiến lại quầy tính tiền để thanh toán. Khi người thu ngân gọi nhân viên mang ra cây thông chưa ráp, còn nguyên trong hộp, tôi đỡ lấy cái hộp dài một cách máy móc. Từ đó đến khi ra bãi đậu xe, tôi vừa vác cái hộp, vừa bâng khuâng nghĩ tới một quãng đời cũ mà ông Nhơn vừa khiến tôi nhớ lại...

o0o

Năm đó tôi đâu khoảng chín, mười tuổi. Lúc ấy cũng là vào lúc mùa Giáng Sinh sắp tới. Từ trường tiểu học của tôi đi bộ về nhà, tôi phải đi qua ba *block* đường. Hằng ngày, cùng với vài đứa bạn trong xóm, tôi đi qua một ngôi nhà thờ Tin Lành rồi mới đến trường. Ngôi nhà thờ này hằng năm là nơi báo hiệu mùa Giáng Sinh sắp về, qua những món đồ trang trí, đèn hoa giăng mắc ở mặt tiền, đặc biệt là máng cỏ to tướng nằm bên cạnh lối ra vào nhà thờ. Mấy đứa trong xóm nhà có đạo tha hồ khoe nhau nhà đứa nào sẽ có cây thông Giáng Sinh và máng cỏ to nhất, đẹp nhất. Gia đình tôi theo Phật, nhưng tôi rất mê vẻ hào nhoáng của cây thông *Noël*, đèn đóm lung linh bên những quả châu, ngôi sao đủ màu sắc, hay vẻ huyền diệu toát ra từ những máng cỏ, bên trong có những bức tượng nho nhỏ, xinh xinh. Những món đồ Giáng Sinh trang trí cho máng cỏ đó, chỗ nhà thờ đã bày bán trong khoảng sân rộng từ cả tháng trước *Noël*. Tôi khoái nhất là những cây thông bé xíu, chỉ bằng mấy ngón tay chụm lại, mà người ta còn tỉ mỉ xịt sơn trắng lốm đốm lên để giả làm tuyết. Năm nào cũng như năm nào, tôi đều kiên nhẫn thuyết phục má tôi cho mua cây thông và máng cỏ như nhiều nhà khác trong xóm, nhưng không lần nào làm má xiêu lòng được.

"Nhà mình không có đạo," má ca đi ca lại một điệp khúc mỗi lần tôi vòi bà mua đồ Giáng Sinh.

"Phật có phải là một đạo không má?" Một lần, tôi "gài" má với câu hỏi này.

"Phật cũng là đạo chớ sao!" Má cao giọng đáp, "Con hỏi gì mà kỳ vậy."

"À há!" tôi đắc thắng nói, "Vậy thì nhà mình cũng 'có đạo' như ai, phải không má?"

"Nhà mình theo đạo Phật", má sửa lại, "Nhà theo Phật mà chưng cây *Noël* với hang đá thì không nên."

Má tôi hay dùng hai chữ "không nên" để chỉ những việc gì phạm đến tính thiêng liêng, huyền bí có dính dáng đến tôn giáo hay ông bà tổ tiên. Má là cả một kho ngữ vựng tiếng Việt phong phú, linh hoạt, đậm đà tính địa phương. Cho tới bây giờ tôi vẫn còn dùng nhiều chữ trong kho ngữ vựng đó của má khi có dịp, dù đang sống ở Mỹ.

Cho đến một hôm... Ba tôi đi làm về, trông ông vui vẻ hơn thường ngày. Ông ngồi xuống cái *divan* ở gian phòng ngoài, vừa tháo đôi giày lính ra, vừa hỏi tôi:

"Việt, con muốn có một cái hang đá cho *Noël* năm nay không?"

Tôi còn chưa tin vào tai mình, chưa kịp hiểu hết điều ba vừa nói, thì má đã từ trong phòng khách bước ra bảo:

"Anh nói hang đá gì mới được? Nhà mình có đạo đâu! À không, nhà mình có theo công giáo đâu chớ!"

"Hang đá này không phải tốn tiền mua!" Ba điềm nhiên nói tiếp, "Anh mới biết ra, trung sĩ Quới có tài làm hang đá bằng bao xi-măng hay lắm! Chú hứa sẽ làm cho thằng Việt một cái."

"Tốn tiền hay không tốn tiền đâu phải là vấn đề!" Má cằn nhằn, "Anh thì chỉ ưa chiều thằng Việt, riết rồi nó hư hồi nào không biết."

Má quày quả trở vào trong, coi bộ rất bực mình. Lúc này, tôi mới dám lên tiếng:

"Thật vậy hở ba? Chừng nào con mới có hang đá?"

"Chắc một hai bữa gì đó thôi," ba đã tháo giày ra xong, đứng dậy vươn vai mấy cái, "Ba sẽ chở con tới nhà chú Quới để lấy."

"Nhưng... còn mấy thứ ở bên trong..." Tôi ngập ngừng, "Chắc má không cho con mua đâu ba."

"Để ba cho," ba vỗ vai tôi rồi đi vào trong.

Tôi ngồi xuống cái *divan,* mơ màng mường tượng ra cái hang đá mình hằng mơ ước, bên trong sẽ là cái máng cỏ có đầy đủ những thứ mà tôi đã từng thấy. Mình sẽ đặt nó ở đâu há? Trong phòng khách hay ở gian phòng trước này? Chắc là nên để ở ngoài cho má khỏi thấy chướng mắt. Hy vọng thấy hang đá đẹp chắc má cũng không nỡ nào phản đối.

Vậy là từ đó trở đi tôi đếm từng ngày, thấy sao mà thời giờ trôi qua chậm quá. Tôi chỉ sợ chú Quới quên làm hang đá cho tôi thì chắc tôi thất vọng lắm lắm. Nói nào ngay, hồi giờ tôi vốn không thích chú Quới. Chẳng là vì chú rất nghiêm, chỉ nói chuyện với ba má tôi, chứ ít khi chú nói gì với tôi, chắc là vì chú nghĩ tôi còn con nít con nôi, miệng còn hôi sữa. Thoạt đầu, thỉnh thoảng chú mới đến nhà tôi chơi một lần. Về sau, tôi thấy ba tôi thường nhắc đến chú, đến vợ chú nhiều hơn trước, và cuối cùng, ba giới thiệu chú vào làm thư ký cho công ty xuất nhập cảng của ông ngoại tôi. Trong công ty này, ông ngoại cho má tôi giữ chức quản lý. Từ đó, mỗi lần ghé công ty, mà cũng là nhà của ông ngoại, tôi gặp chú Quới thường xuyên hơn. Người chú gầy gò, trông lạnh lùng và khắc khổ. Lúc đó chắc chú chỉ ngoài ba mươi thôi mà tóc chú hói đã gần hết. Lúc làm việc, chú còn mang cặp kính viễn thị, khiến ngó chú già trước tuổi rất nhiều.

Có lần, tôi đang chạy chơi trong sân nhà ông ngoại, tình cờ đi vào căn phòng bên trong, thấy má tôi và chú Quới đang đứng nói chuyện. Hồi đó, tuy còn nhỏ, tôi cũng mang máng nhận thấy chú đang nói một chuyện gì quan trọng với má tôi mà hình như không phải là chuyện công việc. Thấy tôi bước vào, chú Quới nghiêm giọng bảo:

"Việt đi ra ngoài chơi, để chú đang nói chuyện với má!"

Tôi tiu nghỉu quay ra, trong lòng thấy giận chú Quới quá. Tôi còn nhỏ thật, nhưng hồi giờ chưa có người lớn nào trong gia đình hay người quen của ba má nói với tôi bằng giọng kẻ cả như thế. Đã vậy, sao không thấy má tôi đỡ lời cho chú Quới chút nào, làm như má cũng đồng ý với chú. Tôi để ý thấy má rất quý chú Quới. Đi làm về, má hay kể chuyện trong công ty cho ba nghe. Trong những mẩu chuyện đó, má thường nói "Chú Quới thế này, chú Quới thế nọ..." cùng những chi tiết mà má muốn kể. Chú Quới nhỏ hơn ba má tôi gần cả chục tuổi nên ba má tôi thường gọi chú là "chú" với ý nghĩa là "chú em". Về phần chú Quới, chú cũng "chị chị, em em" với má tôi ngọt xớt; ai nghe thấy mà không biết rõ về gia đình tôi chắc phải nghĩ hai người là chị em ruột thịt.

Một đặc điểm khác của chú Quới làm tôi chú ý là cái tên của chú. Tôi chưa từng thấy ai trùng tên chú (cho đến tận bây giờ!). Tôi nhớ có hôm tôi hỏi ba:

"Ba ơi, tại sao chú Quới có cái tên nghe kỳ cục vậy ba?"

"Kỳ là tại vì hiếm ai có tên này", ba cười, trả lời tôi, "Đó là một cách đọc trại đi của chữ 'Quý', con à."

"Đọc trại là sao hở ba?" Tôi vẫn chưa hết thắc mắc.

Ba từ tốn giảng giải:

"Đọc trại một chữ là đọc chữ đó cho khác đi một chút, nhưng vẫn còn nghe giống một phần nào. Trong tiếng Việt, có nhiều chữ người ta đọc trại đi để tránh tên của những người nổi tiếng như vua chúa trong lịch sử hay của ông bà trong gia đình. Thí dụ trong Nam người ta nói 'cây kiểng' thay vì 'cây cảnh', để tránh tên của Hoàng tử Cảnh, tức là Nguyễn Phúc Cảnh, con của vua Gia Long. Đọc trại đi một chữ là để tránh việc 'phạm huý', 'huý' có nghĩa là tên đó con. Ba nghĩ chắc nhà chú Quới đã có ai tên Quý rồi."

Lúc hai cha con đang nói chuyện với nhau, má tôi cũng nghe thấy. Bà quay vào trong lấy vật gì đó rồi trở ra đưa cho tôi xem và hỏi:

"Cái này con gọi là cái gì?"

"Dạ, cây kim!" Tôi đáp thật nhanh, không hiểu má muốn gì.

Má tôi cười bảo:

"Vậy mà ông ngoại con gọi nó là 'cây châm' đó!" Má giải thích, "Ông ngoại cũng sợ phạm huý như ba con nói, vì má nghe ông ngoại nói ông tằng, ông tổ của má có tên là Kim. Nhưng thay vì đọc trại chữ 'kim' ra cho khác, ông ngoại lại dùng chữ 'châm' để thay thế."

Sau này lớn lên, tôi dạy tiếng Việt và ngoại ngữ, có dịp học hỏi nhiều điều từ môn ngôn ngữ học, nhớ lại chuyện má kể, tôi mới thấy phục ông ngoại. Chữ "kim" là một danh từ, nếu cố đọc trại nó ra cho khác thì cũng không dễ tìm ra danh từ khác nào có âm nghe cho được tai na ná như vậy. Chắc vì lý do đó mà ông ngoại chọn động từ "châm", có liên quan đến danh từ "kim", thật là tài!

Tôi phải đợi đến buổi chiều trước Giáng Sinh mới được ba cho biết là chú Quới đã làm xong cái hang đá cho tôi. Ba có nói trước là năm nay chú Quới bận lắm, vì thím Quới sắp sinh em bé. Biết vậy, nhưng lúc ba gần đi làm về, tôi đã chực khóc vì thấy buổi chiều sắp hết rồi mà hang đá chưa thấy tăm hơi đâu, trong khi nhà mấy đứa "có đạo" trong xóm đã tưng bừng khoe đèn đóm và đầy đủ những thứ trang hoàng mùa Giáng Sinh. Chưa bao giờ tôi thấp thỏm đợi ba về đến thế. Khi thấy chiếc xe Jeep của ba quẹo vào cổng xóm, tim tôi muốn nhảy ra khỏi lồng ngực. Lúc xe của ba từ từ ngừng trước nhà, tôi chạy ra đến cửa, hồi hộp chờ xem ba nói gì. Ba ngồi yên trên xe, nheo mắt nhìn tôi, nói vọng ra:

"Việt, lên xe đi con! Mình đi lấy hang đá về."

Không đợi ba nói thêm tiếng nào, tôi vội nhảy thót lên xe, ngồi chễm chệ cạnh ba. Trong lúc ba im lặng lái xe, tôi nghe người như lâng lâng như trong một giấc chiêm bao êm ái. Cảnh vật hai bên đường chợt nhuốm màu ngũ sắc, lấp lánh như những sợi kim tuyến trên cây thông Giáng Sinh (mà tôi cũng rất muốn có. Nhưng thôi, hãy cứ "từng bước từng bước thầm" cái đã. Má mà không la là may lắm rồi. Hy vọng năm sau tôi sẽ có...)

Lúc sắp đi ngang ngôi nhà thờ, ba cho xe rẽ vào, đậu đằng trước. Tôi lặng người đi vì sung sướng. Ba không quên những món cần có trong hang đá! Lúc hai cha con đi qua cổng nhà thờ, ba ngó tôi bảo:

"Hy vọng giờ này người ta còn đầy đủ các thứ."

Thật may, trên chiếc bàn bày bán các món trang trí Giáng Sinh, chỉ còn ba bộ tượng nữa là hết. Tôi run run lựa từng món, tượng bà Mary, tượng ông Joseph, tượng Chúa Hài Đồng, tượng Ba Vua, cả tượng anh mục đồng, một con bò và một con cừu nữa. Tôi vốn không "có đạo" nhưng biết rất rõ những tượng nào có trong hang đá! Nhìn hai cây thông nhỏ còn lại trên bàn, tôi rụt rè hỏi ba:

"Ba cho con lấy một cây thông nhe ba?"

Ba tôi gật đầu. Ông còn mua thêm cho tôi một nắm rơm để trải trong máng cỏ. Trả tiền xong xuôi, hai cha con quay ra xe. Tôi xách khư khư cái túi đựng các bức tượng, đi thật nhẹ, cứ sợ chúng va vào nhau thì vỡ hay nứt trước khi về đến nhà thì tiếc lắm.

Nhà chú Quới ở Phường Củi, nơi tiếp giáp với vùng ngoại ô Nha Trang. Khi chúng tôi đến, căn nhà nhỏ của chú cửa đóng im ỉm. Ba gõ cửa mấy lần mà không ai trả lời. Ông lẩm bẩm:

"Chắc chú Quới còn ở bệnh viện chưa về. Thím mới sinh em bé hồi trưa."

Ba và tôi đứng lóng ngóng đợi chừng mười phút thì thấy chú Quới cỡi chiếc Honda cũ kỹ về nhà. Chú hấp tấp dựng xe, vừa thở vừa hỏi:

"Đại uý đợi em lâu chưa?"

Ba tôi không trả lời mà hỏi lại chú:

"Sao? Mẹ tròn con vuông hết hả Quới? Con trai hay con gái?"

"Con trai, anh à," chú Quới vẫn còn thở dốc. Từ ngày vào công ty làm việc với má tôi, chú Quới trở nên thân mật với ba tôi hơn, lúc thì vẫn gọi ba là đại uý như trong quân ngũ, nhưng cũng có lúc anh anh em em với ba như vậy.

"Con trai hả?" Mắt ba sáng lên, có vẻ như muốn vui lây với chú Quới. Nhưng lúc đó tôi thấy gương mặt chú không vui mà lo âu nhiều hơn thì có.

"Quới đặt tên con là gì?" Ba lại hỏi.

"Thằng nhỏ tên là On," chú Quới đáp, giọng không có gì hào hứng.

"On hả?" Ba lặp lại cái tên ít ai có. Tôi đoán ba đang ngẫm nghĩ coi nó là cách đọc trại chữ gì, như ba đã từng nói về tên chú Quới.

Chú không nói gì, lặng lẽ mở cửa mời ba và tôi vào. Gian phòng nhỏ vừa là chỗ tiếp khách, vừa làm phòng ăn, tối lờ mờ, mùi ẩm thấp xông lên khiến tôi thấy ngột ngạt. Chú Quới mời chúng tôi ngồi rồi tất tả đi ra phía sau. Một lát sau, chú trở lên, khệ nệ ôm cái hang đá còn bay mùi sơn mới thơm phức. Chú đặt hang đá trên cái bàn nhỏ trước mặt chúng tôi rồi bước lại bật đèn lên. Dưới ánh sáng của cây đèn *néon*, tôi được chiêm ngưỡng cái hang đá lộng lẫy nhất trên đời từ trước tới giờ! Tôi như nghẹn lời, chỉ biết nhìn chú Quới bằng ánh mắt biết ơn. Chú biết tôi thích lắm, giọng chú chợt vui vẻ hẳn lên, trái với lúc chú nghiêm nghị la tôi ở công ty hôm nào:

"Việt thích không? Chú làm một cái khung bằng tre rồi phủ các mảnh bao xi-măng lên đó. Xong rồi chú xịt sơn đen lên, đợi cho khô rồi mới rắc sơn trắng, giả làm tuyết."

Tôi mê mẩn ngắm cái hang đá đầu tiên của mình, đến khi nghe ba nói cám ơn chú Quới và giục tôi ra về, tôi mới như quay lại với thực tại. Ba giúp tôi mang cái hang đá ra xe vì nó khá cồng kềnh. Từ đó đến khi về nhà, tôi lại ngây ngất như trong giấc mơ đẹp, muốn nó không bao giờ chấm dứt.

Về đến nhà, tôi vừa vui vì có cái hang đá, vừa ké né sợ má la. Cũng may lúc đó má đang bận nấu ăn trong bếp. Tôi vội vàng lấy cái bàn nhỏ hồi giờ vẫn để trong góc, chất đầy sách truyện con nít, dẹp hết sách vở đi rồi mang bàn ra để ở một góc trong gian phòng ngoài. Mùi sơn thơm tho toả ra từ cái hang đá vẫn làm tôi thích thú. Tôi cặm cụi trải lớp rơm xuống sàn bên trong hang đá rồi trịnh trọng bày từng bức tượng lên trên, xê tới xê lui cho vừa mắt. Cuối cùng, tôi đặt cây thông be bé, xinh xinh ngay trước cửa hang. Vậy là cái máng cỏ trong ước mơ của tôi đã thành sự thật!

"Con biết còn thiếu cái gì nữa không?" Má đã đứng đằng sau tôi hồi nào, lên tiếng hỏi làm tôi giật nẩy mình.

"Thiếu cái gì, má?" Tôi hồi hộp hỏi, thoáng mừng vì câu đầu tiên của má không phải để rầy la.

"Thiếu đèn bên trong cho sáng!" Má trả lời, giọng bà không có vẻ gì là bất bình vì chuyện "không nên" này cả.

Ba đã vào trong thay quần áo xong xuôi, trở ra đứng bên cạnh má, ngắm nghía công trình của tôi. Ông nói:

"Ba có một cái bóng đèn nhỏ trong hộc tủ, có dây điện đàng hoàng. Để ba giúp con đục một lỗ từ trên nóc hang đá xuống, bỏ đèn vô trong rồi cắm dây vô ổ điện bên ngoài."

Khi bóng đèn bật sáng bên trong hang đá, trời cũng vừa ngả tối bên ngoài. Máng cỏ xinh xắn bên trong nổi bật hẳn lên dưới ánh sáng lung linh, lung linh như niềm vui bất tận của tôi trong mùa Giáng Sinh đáng nhớ đó.

o O o

Má tôi mất vài năm trước khi ba tôi qua Mỹ. Trong những lần ôn lại chuyện cũ với tôi, thỉnh thoảng ba có nhắc đến chú Quới, nhưng chắc là để có cớ nhắc tới thằng On thì đúng hơn, tôi thấy vậy. Tôi đoán ba nhớ tới nó vì cái tên độc đáo, nếu không muốn nói là lập dị. Có điều lạ là tôi không thấy ba liên lạc gì với chú Quới, trong khi ba vẫn thư từ khá đều đặn với một số bạn bè khác trong quân đội ngày trước. Có lần tôi đã tò mò hỏi vì sao ba không biết nhiều về chú thím Quới thì ba chỉ im lặng nhún vai. Tôi cũng không hỏi tới nữa.

Tôi gởi cho ông Nhơn một cái *email* theo địa chỉ ông đã cho. Hai chú cháu hẹn gặp nhau ở một quán cà-phê nằm khuất trong một khu thương xá lúc ấy khá vắng vẻ. Từ cái bàn chỗ hai người ngồi, chúng tôi nhìn ra một khoảng sân cỏ xanh rờn, thoáng mát. Ông Nhơn gọi một ly cà-phê sữa đá, còn tôi gọi một ly trà xanh vì trước đó đã uống hai ly cà-phê rồi.

Tôi hỏi thăm về gia đình ông Nhơn, và ông cũng ân cần hỏi về gia đình tôi. Trông ông không giống gì với chú Quới ngày xưa cả. Ông Nhơn to người, râu ria xồm xoàm, còn chú Quới, trong ký ức của tôi, rất thư sinh. Hai anh em mà như kẻ võ, người văn.

"Được biết chú, bây giờ cháu mới hiểu hết ý nghĩa tên của hai chú cộng lại!" Tôi nhận xét, "Chú biết không? Cháu nhớ chú Quới hoài vì chính chú là người làm cái hang đá Giáng Sinh đầu tiên cho cháu."

"Tên anh Quới như vậy, mà đời ảnh không có gì là 'quý' cả!" Ông Nhơn thở dài.

"Sao chú lại nói như vậy, cháu không hiểu," tôi ngạc nhiên hỏi.

"Anh Quới có một nỗi buồn sâu kín mà trong gia đình ai cũng biết nhưng không thấy rõ, cho đến khi thằng On ra đời."

Tôi ngồi yên lắng nghe, không muốn đặt câu hỏi nào nữa, vì cảm thấy có một điều gì đó, to tát, mà ông Nhơn sắp nói tới.

"Nghe thì trái khoáy thật, phải không cậu?" Ông Nhơn tiếp tục, "Lý do là anh Quới của tôi đã được bác sĩ cho biết là ảnh vô sinh từ lâu!"

Tôi lặng người đi, nhưng vẫn không biết phải nói gì, chỉ ngồi chờ xem câu chuyện diễn tiến tới đâu.

Giọng ông Nhơn vẫn đều đều:

"Tôi không hiểu cậu có biết chưa, thằng On là con của ba cậu; nó là em của cậu đó!"

"Dạ không, cháu không biết! Cháu... không hề... hay biết!" Tôi lắp bắp.

Ông Nhơn thở ra, như đã trút hết một gánh nặng trong lòng, không nói thêm gì nữa. Phải một lát sau, tôi mới đủ bình tĩnh nói:

"Lúc còn sống, ba cháu đôi lúc có nhắc đến On, nhưng không bao giờ nói gì khác", tôi nhìn ông Nhơn, "Chú nói vậy thì cháu hay vậy, nhưng sự thật là ở đâu? Bây giờ ba cháu không còn để xác nhận hay phủ nhận được nữa."

Ông Nhơn cười gượng:

"Chị Quới, lúc hấp hối, đã thú nhận chuyện đó rồi, cậu à", ông Nhơn ngưng lại một hồi lâu rồi nói tiếp, "Lúc vừa thấy tấm hình của ba cậu và cậu trên báo, tôi đã nghĩ là mình sẽ có dịp gặp ba cậu để hỏi xem ông và thằng On có liên lạc với nhau trong mấy mươi năm qua không, nhưng không còn cơ hội đó nữa."

Ông Nhơn nhấc tách cà-phê lên, nhấp một ngụm. Tôi cũng hớp một miếng trà. Chẳng biết ông có thấy cà-phê đắng hơn mọi lần hay không mà vị trà thật chát trong miệng tôi. Bãi cỏ trước mặt chúng tôi bỗng dưng không còn thấy mượt mà nữa. Trời chợt tối sầm lại vì nhiều đám mây mù từ đâu kéo về. Tôi uể oải đứng lên gọi tính tiền và nói lời chia tay ông Nhơn.

"Cháu sẽ liên lạc với chú qua *email*. Cám ơn chú nhiều", tôi nói, như vô hồn. Ông Nhơn khẽ gật đầu rồi quay đi.

Buổi tối hôm đó, tôi ăn uống qua loa rồi vào phòng làm việc, kiếm cái cặp của ba, hy vọng có tìm ra manh mối gì trong đó không. Từ ngày ba mất, tôi chưa bao giờ mở cái cặp đó ra, sợ phải thấy những vật dụng, giấy tờ của ba, chỉ buồn thêm chứ chẳng được gì. Tôi còn một thắc mắc nữa—Má có biết được chuyện này không? Tôi nhớ mấy hôm sau khi thím Quới từ bệnh viện về, ba má tôi có tới thăm hai mẹ con. Má mang nhiều quà, áo quần em bé và mấy thùng sữa Ông Thọ. Hôm đó tôi cũng đi theo ba má. Chú Quới đứng lóng ngóng bên mọi người, rồi lại lăng xăng tới lui trong phòng. Chắc chú cưng thằng On lắm, cái đầu nó tròn quay, không một sợi tóc, hai con mắt đen lay láy, nổi bật trên làn da trắng nõn.

Về nhà, má nói với ba:

"Tên thằng nhỏ nghe ngộ quá há anh? Không biết chú Quới có dựa vào tiếng Tây mà đặt tên cho con là On, Đơ, Troa... không! Chắc chú thím định sinh mấy đứa nữa..."

"Chuyện đó ai mà biết được!" Ba nói xuôi xị. Bây giờ nghĩ lại, tôi chắc lúc đó ba tôi hết sức sượng sùng mà có lẽ má không để ý.

Đúng như tôi đã nghĩ, vừa nhìn những món đồ lặt vặt trong cặp của ba, tôi đã thấy lòng nao nao, thổn thức. Mỗi món đồ của ông lúc sinh thời như cặp kính cận, cái bóp đựng giấy tờ, còn cả vài tờ đô-la lẻ, cái đồng hồ Seiko ba thường đeo, những tấm huy chương ba được thưởng trong thời quân ngũ... nhất nhất từng thứ đều gợi lên bao nhiêu là kỷ niệm. Ba có cả một cái *folder* đựng đủ loại giấy tờ, từ bằng quốc tịch Mỹ, bằng cấp thời ông đi học, một số hình ảnh, đến giấy tờ trong quân đội mà ông còn giữ được. Nằm cuối cùng là một thếp giấy có kích thước chỉ bằng một nửa các loại khác, được ba cẩn thận gài một cái kẹp giấy để giữ chung lại. Tôi tháo cái kẹp, lấy một tờ ra coi thử. Đó là tấm biên lai gởi tiền về Việt Nam, đề tên người nhận là Nguyễn Văn On! Tim tôi như thắt lại thật mạnh. Tôi hấp tấp nhìn các tờ biên lai còn lại. Có tờ ghi tên vài người bạn của ba, nhiều tờ khác đề tên của On. Lần nào ông cũng gởi 100 đô cho... em tôi! Nằm dưới xấp biên lai đó là tấm hình của một thanh niên. Thằng On! Trông nó thật mạnh khoẻ, cao ráo, nhưng không có gì giống tôi hết. Lần đầu tiên tôi gặp nó là lúc nó mới sinh, mấy chục năm sau tôi mới thấy lại nó qua bức hình này, Tôi lật tấm hình ra phía sau, không thấy có ghi gì cả.

Tôi run run gộp những tờ biên lai gởi tiền cho On chung với nhau, rồi xếp lại theo thứ tự ngày tháng. Xong xuôi nhìn lại, tôi mới thấy ra là ba tôi đã gởi tiền cho On chỉ một năm sau khi ông đến Mỹ, chắc là khi ông đã bắt đầu được lãnh "tiền già". Ông gởi tiền rất đều đặn, cứ hai tháng một lần, theo như ngày tháng ghi trên các biên lai. Tôi đọc kỹ lại từng tờ thì thấy có ghi địa chỉ thằng On ở Nha Trang, chỉ trừ ba tờ sau cùng là có địa chỉ ở Tuy Hoà, thành phố cách đó hơn trăm cây số về phía Bắc.

Tôi ngồi thừ người một lúc trước mớ giấy tờ, đầu óc ngổn ngang trăm ngàn ý nghĩ. Đêm đã khuya nhưng tôi không thấy buồn ngủ chút nào. Lát sau, tôi bùi ngùi xếp lại mọi thứ, bỏ vào cặp, cất nó vào chỗ cũ. Gian phòng làm việc của tôi chợt như rộng hẳn ra. Đám sách nằm im lìm trên hàng kệ sát vách. Cây đèn màu vàng trên bàn toả một thứ ánh sáng nhợt nhạt, vàng vọt trong căn phòng im ắng.

Tôi đi ra hàng hiên sau nhà, bật ngọn đèn lên và đến chiếc xích đu ngó ra bãi cỏ, lặng lẽ ngồi xuống. Trời đêm mát lạnh. Tiếng côn trùng kêu rả rích nghe buồn buồn. Tôi nghĩ đến những nhân vật trong câu chuyện vừa tình cờ biết được này, y như trong một cuốn phim: Ba, má, chú Quới, thím Quới, chú Nhơn, thằng On... Còn tôi thì sao? Tôi cũng là một nhân vật trong đó, hay chỉ là một khán giả vô tình? Ba đã sống và nghĩ gì trong suốt thời gian đó, cho đến ngày ông mất? Trong đầu tôi chợt loé lên những những đoạn phim ngắn về mối tình vụng trộm giữa ba và thím Quới, hình ảnh chú Quới đau khổ, nhẫn nhục nuôi đứa con không phải là của mình, thím Quới với mặc cảm tội lỗi, thằng On... còn thằng On, chắc nó cũng biết chuyện này, qua những món tiền của người ngày xưa là cấp chỉ huy của ba nó? Còn má. Bây giờ tôi không thể hỏi má điều gì về câu chuyện này cả.

Và tôi? Tại sao tôi phải biết chuyện này, vào thời điểm này? Nếu như chú Nhơn không gặp tôi ở cửa tiệm hôm nào. Tôi, cậu bé hồn nhiên ngày xưa với niềm vui oà vỡ vào một buổi chiều trước lễ Giáng Sinh. Và chú Quới, người đàn ông, người chồng, người cha bất đắc dĩ, người thuộc cấp trung thành của ba, người phải vừa tất tả, đôn đáo đón một đứa bé ra đời, vừa phải hoàn thành cái hang đá cho một đứa bé khác kịp đón *Noël*.

Tôi thấy mình có bổn phận phải biết thêm về chú Quới, biết chú sống ra sau từ lúc thằng On bắt đầu khôn lớn, cho đến những ngày cuối cùng của chú. Tôi cũng có bổn phận phải xác minh câu chuyện này với ông Nhơn, vì tôi đã tỏ ra không tin điều ông nói. Và... chắc tôi cũng phải tìm cho ra thằng On để liên lạc với nó, thằng em bất ngờ của tôi.

Đêm đã sâu và lạnh lắm rồi. Tôi vẫn chưa buồn ngủ, nhưng thấy dù sao cũng phải vào trong, cố dỗ một giấc ngủ để ngày mai còn có sức đi làm. Tôi trở vào phòng làm việc, ngồi xuống trước cái *computer,* mở lên và bắt đầu viết một cái *email* cho ông Nhơn. Trong thư, tôi xin lỗi ông vì đã nghi ngờ sự thật của câu chuyện. Tôi cho ông biết là tôi đã tìm được chứng cớ của câu chuyện đó và ngỏ lời mời ông đến nhà dùng cơm tối để nói chuyện thêm, để ông biết địa chỉ mới của thằng On, và cũng để tôi có dịp tìm hiểu về quãng đời sau này của chú Quới.

Thư tôi gởi đi cả tuần lễ không thấy ông Nhơn trả lời. Bận bịu với công việc, có lúc tôi đã quên bẵng là mình đang đợi thư của ông. Một hôm, khi mở *mailbox* để xem thư từ mới, tôi nhận được hàng chữ từ địa chỉ MAILER-DAEMON@yahoo.com gởi về lại như sau:

Sorry, we were unable to deliver your message to the following address:

<xxxxxxxxxxx@yahoo.com>:

552: 1 Requested mail action aborted; mailbox not found.

Lấy làm lạ, nhưng tôi vẫn thử gởi lại bức thư mình đã gởi cho ông Nhơn lần trước. Chỉ vài tiếng đồng hồ sau, tôi lại nhận cái *message* tự động, lạnh lùng như cũ. Chưa nản, tôi lại gởi thư đi lần thứ ba —*quá tam ba bận*— tôi nhủ thầm. Rồi cũng những dòng chữ vô hồn đó trở lại với tôi. Tôi lấy điện thoại, tìm số ông Nhơn đã cho tôi, gọi thử. Chưa kịp nghe chuông điện thoại ở đầu kia reo lên, tôi đã nghe tiếng bíp bíp và giọng nói thu sẵn trong máy: *"Your call cannot be completed at this dial. Please check the number and dial again or dial 611 for customer assistance."*

Đặt điện thoại xuống, tôi ngồi ngẫm nghĩ một lúc. A, tôi có thể đặt ra một vài giả thuyết, rằng đó là lý do chủ quan hay khách quan, cố ý hay tình cờ, rằng thế này, rằng thế nọ, để tìm một câu trả lời cho việc mất liên lạc với ông Nhơn. Nhưng thôi, chắc cũng chẳng đi tới đâu. Bỗng dưng tôi cảm thấy vô cùng mệt mỏi. Tôi cần thoát ra tình huống éo le này, những cảm xúc hỗn độn này, những câu hỏi không bao giờ dứt, những điều tưởng tượng mông lung...

Tôi sực nhớ rằng sự việc mấy ngày hôm nay đã làm tôi quên mất chuyện ráp cây thông Giáng Sinh mới mua về. Cùng lúc, tôi chợt nảy ra ý nghĩ phải đi mua mấy bức tượng bày thành một máng cỏ cho năm nay, một điều tôi chưa từng làm. Tôi không có cái hang đá nào, nhưng sẽ dùng cái tủ nhỏ có một khoảng trống phía dưới, trong đó tôi đang bày những món *souvenir* có hình dạng những kiến trúc nổi tiếng trên thế giới mua được qua những lần du lịch. Tôi sẽ lấy những thứ đó ra, biến cái tủ thành hang đá, và bày máng cỏ vào trong đó.

Tối mai, tôi sẽ ở nhà, ráp cây thông và trang hoàng thật rực rỡ. Tôi sẽ bật nhạc Giáng Sinh lên trong lúc làm việc này cho có không khí mùa đông, lúc Chúa Hài Đồng giáng thế. Rồi tôi sẽ làm máng cỏ trong cái hang đá "dã chiến" có sẵn của mình. Lúc trải rơm vào bên trong máng cỏ, rồi trịnh trọng đặt từng bức tượng nho nhỏ lên trên, tôi sẽ chìm theo tiếng nhạc du dương, đưa tôi trở lại những ngày tháng hồn nhiên cũ trong mùa *Noël* năm nào. Tôi sẽ nhớ đến hình ảnh hai cha con hân hoan đi sắm tượng cho máng cỏ và lấy hang đá vào buổi chiều rộn rịp trước ngày Chúa ra đời. Và, cố nhiên, tôi sẽ ngậm ngùi, thương cảm nhớ đến chú Quới, người đã đem lại niềm vui bất ngờ cho tôi vào mùa đông năm ấy, trong lúc lòng ông chắc hẳn đang đau buồn khôn tả.

NHỮNG CÁNH THIỆP MÙA ĐÔNG

Từ thuở còn ngồi ghế trung học, trong lúc bạn bè trong lớp thường trao nhau những tấm thiệp đầu xuân, in hình Tết màu sặc sỡ, có điểm những hạt kim tuyến lấp lánh và lời chúc khuôn sáo *Cung Chúc Tân Xuân,* thì Nguyệt Đàn và anh lại thích tặng cho nhau thiệp Giáng Sinh. Đặc biệt hơn nữa, hai đứa không mua những tấm thiệp in sẵn bày bán ở tiệm, có vẽ hình cô thiếu nữ với tà áo bay bay, đứng trầm mặc bên ngôi giáo đường và một vài vì sao lung linh trên cao. Cả hai thích tỉ mỉ sáng tác những tấm thiệp giản dị nhưng rất riêng tư cho nhau, lâu dần thành một thói quen tao nhã, thú vị mỗi độ đông về. Lúc trời bắt đầu trở nên se lạnh, đâu đó đã nghe văng vẳng đôi bài ca Giáng Sinh, thì hai người bạn lại háo hức ngầm thi tài với nhau, khởi sự vẽ tấm thiệp cho người bạn thân của mình. Thói quen đó kéo dài qua những năm tháng ở đại học, mãi đến ngày mất nước mới bị gián đoạn.

Anh vượt biên đến Mỹ trước, năm năm sau Nguyệt Đàn mới qua. Trong ngần ấy năm trời, đôi bạn đã mất liên lạc với nhau. Anh ở California, Nguyệt Đàn ở Washington State, tình cờ tìm lại được nhau qua một người bạn chung của cả hai. Lúc này thì anh đã có vợ và cô cũng đã có chồng. Tuy vậy, hai người vẫn hết sức xúc động tìm lại được nhau. Nguyệt Đàn đặt chân lên xứ Mỹ lúc Giáng Sinh gần kề, càng làm anh bồi hồi nhớ lại những mùa Giáng Sinh xưa. Nguyệt Đàn đã gặp vợ anh hồi còn ở Việt Nam, lúc hai người chỉ là bạn qua mối quan hệ giữa cha mẹ hai bên. Còn anh lúc trước cũng có quen người chị của chồng Nguyệt Đàn bây giờ. Vì vậy coi như ai cũng biết ai, không xa lạ gì mấy.

Đôi bạn cũ nối lại liên lạc qua những cánh thư điện tử, mỗi tháng độ vài lần, hỏi thăm nhau, nhắc lại những kỷ niệm xưa, những ngày tháng cũ và đẹp, không bao giờ tìm lại được nữa. Trong một bức thư, anh viết: *"Email ngày nay chẳng còn thơ mộng như những lá thư nắn nót viết bằng tay thuở đó, phải không Nguyệt Đàn? Vả chăng chúng ta cũng không có thì giờ để ngồi viết những lá thư như vậy. Nhất là tôi, hai bàn tay đã hư mất vì dùng computer quá nhiều, không còn cầm bút được nữa. Tôi phải cám ơn... ông John Blankenbaker đã sáng chế ra máy điện toán cá nhân ngày nay để những người như tôi cũng còn cơ hội được trao đổi thư từ với bạn bè và làm nhiều việc khác. Nếu không có ông này thì chắc tôi chỉ còn nước mang ơn người phát minh ra máy đánh chữ là ông Francesco Rampazetto! Nhưng... Giáng Sinh sắp đến, Nguyệt Đàn ạ. Và để đánh dấu Giáng Sinh đầu tiên chúng ta bắt được liên lạc lại với nhau, tôi sẽ vẽ và gởi đến Nguyệt Đàn một tấm thiệp như ngày xưa chúng ta vẫn thường làm nhé."*

Anh có kể với vợ về ý định này. Anh nói ngày xưa đôi bạn vẫn thường làm như thế. Hạnh Nguyên cười cười:

"Quý vị rõ thật *rô-măng-tót*! Thời buổi này mà còn có chuyện vẽ thiệp gởi cho nhau. Anh biết có người đã định nghĩa 'lãng mạn' là gì không? Đó là 'lãng xẹt' và 'liều mạn(g)'!"

Anh cũng đành cười theo. Đã từ lâu, anh luyện cho mình bỏ thói quen nói qua nói lại với vợ. Thấy không có gì đồng ý với nhau thì cũng nên chấm dứt ở đó, rồi năm phút sau câu chuyện nào cũng chìm vào quên lãng mà thôi, đôi co làm gì cho mất lòng nhau.

Anh tạm gác một số việc cần làm qua một bên, ngồi hí hoáy vẽ vẽ, xoá xoá trong căn phòng làm việc của mình ở trường đại học. Căn phòng của anh ngó ra chỉ thấy một dãy building khác, chẳng có gì thơ mộng để gợi hứng cả. Chỉ có không gian bên ngoài đã bắt đầu trở lạnh mới đem lại một chút cảm xúc của mùa đông đang chậm rãi trở về. Mấy mùa Giáng Sinh đã qua ở xứ Mỹ này, mùa nào cũng đem lại nhiều kỷ niệm đẹp, ấm áp cho anh, với gia đình thân yêu bên cạnh. Nhưng mùa Giáng Sinh sắp đến làm cho anh có thêm một chút nao nức, một chút hứng khởi với việc vẽ thiệp này.

Thiệp vẽ xong, anh cặm cụi viết lời chúc bên trong, không những đến Nguyệt Đàn mà còn cho cả Thức Ngữ, chồng của cô. Bây giờ hai bên đã có gia đình cả, làm gì cũng phải tế nhị một chút. Hình anh vẽ trên tấm thiệp, nhìn lại, thấy đúng là tác phẩm của một kẻ sắp bước vào giai đoạn thứ ba của cuộc sống, với nét vẽ dường như chững lại, trầm mặc, đăm chiêu, chứ không còn hồn nhiên, liến thoắng như ngày trước. Anh nhờ Hạnh Nguyên gởi tấm thiệp giùm cho tiện, vì công ty nơi cô làm việc ngày nào cũng có nhân viên bưu điện đến lấy thư và bưu phẩm.

Thiệp của Nguyệt Đàn đến tay anh hai ngày trước Giáng Sinh. Anh hồi hộp mở phong bì ra, cảm động ngắm nét vẽ vừa quen thuộc, vừa mới lạ của Nguyệt Đàn trên tấm thiệp. Cô vẽ một ngôi nhà nằm khuất lấp một phần sau những cây thông có nhiều kiểu và màu sắc khác nhau trên nền tuyết trắng xoá. Có lẽ Seattle, thành phố miền tây bắc vào mùa đông, nơi Nguyệt Đàn định cư, đã mang nhiều cảm hứng đến cho cô.

Bên trong tấm thiệp là tuồng chữ tròn trĩnh không thay đổi của Nguyệt Đàn: *"Mong anh Huy có một mùa Giáng Sinh ấm áp bên bờ Thái Bình Dương và không quên những mùa Giáng Sinh cũ ở bên kia đại dương xa tít tắp."* Giáng Sinh ấm áp! Anh tủm tỉm cười với cái *oxymoron* mà Nguyệt Đàn dùng trong lời chúc. Anh vui vẻ khoe tấm thiệp với Hạnh Nguyên, cho cô đọc cả lời chúc bên trong. Xem xong, Hạnh Nguyên lãnh đạm nói:

"Chúc anh... Cũng ngộ! Chúc có mình anh thôi!"

Nói rồi cô trả tấm thiệp lại cho anh, quay qua làm việc khác. Anh đứng im, sượng sùng không biết nói năng sao. Cũng may, Hạnh Nguyên vẫn vui vẻ như thường, nấu xong bữa chiều, cô dọn cơm ra cho hai vợ chồng ngồi ăn với nhau trong ánh nắng nhá nhem của buổi chiều đông lành lạnh.

Anh viết vội mấy dòng *email* cho Nguyệt Đàn, báo đã nhận được thiệp và cám ơn cô, dặn khi nào nhận được thiệp của anh nhớ cho anh biết.

Nhiều ngày trôi qua. Giáng Sinh đến rồi đi mà anh vẫn không thấy Nguyệt Đàn trả lời trả vốn gì cả. Sốt ruột quá, anh lại viết thư hỏi. Nguyệt Đàn trả lời, ỉu xìu nói cho anh biết là vẫn chưa nhận được thiệp. Anh bực quá, viết lại: *"Tôi xem lại địa chỉ của Nguyệt Đàn rồi, không viết nhầm đâu. Tôi nhờ Hạnh Nguyên gởi ở chỗ cô ấy làm. Chẳng thể nào lạc được."*

Vậy mà thiệp... vẫn lạc, vì Nguyệt Đàn nói cô không nhận được. Rồi ngày tháng lại chập chùng lên nhau. Hình như càng lớn tuổi người ta càng thấy thời gian qua nhanh hơn thì phải. Tháng Năm chưa nằm đã sáng. Tháng Mười chưa cười đã tối. Ngày vừa đến đã đi. Công việc cuốn hút làm anh cũng quên đi nhiều thứ, trong đó có chuyện cánh thiệp đi lạc về một nơi chốn nào, chắc giờ này đã được... *recycled*, tái sinh làm kiếp giấy tờ khác trong vòng luân hồi mê mải.

Hai tuần trước Giáng Sinh năm kế tiếp, như muốn đến bù lại năm trước, đi dạy về, anh ghé tiệm mua một hộp sô-cô-la *Godiva* nho nhỏ, xinh xinh, định kèm với tấm thiệp mà anh đã vẽ xong cho Nguyệt Đàn năm nay. Nhìn anh trịnh trọng gói hộp kẹo, bỏ vào một cái phong bì lớn chung với tấm thiệp, Hạnh Nguyên nói:

"Kỳ này chính tay anh gởi cho chắc ăn đi nhe!"

Lần này, anh gởi gói quà bằng *registered mail* cho chắc ăn như lời Hạnh Nguyên nói. Gởi xong, anh lại hồi hộp chờ đợi như năm ngoái. Để yên tâm hơn, anh gởi cho Nguyệt Đàn cái *tracking number* cho cô tiện theo dõi. Thế rồi, y như là một cái "huông", gói quà lại không đến tay Nguyệt Đàn, cùng chung số phận với tấm thiệp lần trước. Nguyệt Đàn nói với anh là cô tức lắm, cô đi lên tận bưu điện hỏi cho ra lẽ. Cô kể, nhân viên bưu điện dựa theo chi tiết cô cho, thấy rằng gói quà đã được ký nhận. Cô hỏi họ, *"Vậy tại sao tôi không thấy nó tròn méo ra sao?"* Họ nói không biết phải trả lời như thế nào. Nguyệt Đàn viết *"Nguyệt Đàn đành hậm hực trở về, không được thấy anh Huy dạo này vẽ vời ra sao."*

Anh cũng tấm tức kể lại đầu đuôi câu chuyện cho Hạnh Nguyên nghe, trừ câu *"...không được thấy anh Huy dạo này vẽ vời ra sao."* Cô trầm ngâm nói:

"Cũng may là lần này anh gởi chứ không phải em. Lần trước, biết đâu chị ấy lại chẳng nghĩ là em không gởi thiệp đi cho anh cũng nên. Có gởi đâu mà bảo đến!"

Anh cười gượng:

"Em đa nghi lắm!"

Hạnh Nguyên không trả lời. Chắc là cô cũng đang tập thói quen không nói qua nói lại với anh hay sao, anh thầm nghĩ như vậy.

"Sự bất quá tam", anh tự nhủ, khi mùa Giáng Sinh lại trở về. Anh chưa muốn bỏ cuộc, vẫn kiên nhẫn vẽ một bức thiệp mới cho Nguyệt Đàn. Anh vẽ hai đứa bé, một trai, một gái, đi sát vào nhau, xúng xính trong bộ quần áo dày mùa đông, đi qua một con phố tuyết phủ đầy. Đường vắng tênh, chỉ có vài ánh đèn nhấp nháy trên các bảng hiệu của những cửa tiệm buồn hiu. Anh cũng không hiểu sao mình lại quyết định vẽ như thế. Bên trong tấm thiệp, anh viết: *"Mong tất cả chúng ta tìm lại được những kỷ niệm ấm áp ngày xưa trong mùa đông buốt giá này."*

Vừa bỏ tấm thiệp vào phong bì, anh vừa thủ thỉ với Hạnh Nguyên:

"Sao anh nghi lần này nó lại bị lạc nữa, em à."

Hạnh Nguyên góp ý:

"Nghe nói chị Nguyệt Đàn có mấy người em ở gần đó. Sao anh không thử gởi cho họ mỗi người một cái thiệp cùng lúc coi họ có nhận được hay không."

Anh nghe lời Hạnh Nguyên, chạy ra mua ba tấm thiệp in sẵn, rồi hỏi xin Nguyệt Đàn địa chỉ của các người em đó. Anh hí hửng mang cả bốn tấm thiệp có dán sẵn tem, ra bưu điện, đưa tận tay cô nhân viên ngồi ở quầy, không muốn bỏ vào thùng thư, cho... chắc ăn!

Cái huông lặp lại lần nữa! Một tuần sau, Nguyệt Đàn *text* cho anh: *"Trong nhà ai ai cũng đã nhận thiệp của anh, mà Nguyệt Đàn thì không!"*

Anh sững người khi nhận được cái *message* đó. Chưa biết nói gì, anh gõ vào điện thoại liên tiếp năm cái hình khuôn mặt trố mắt trong *emojis*. Vài giây sau đó, bình tĩnh lại đôi chút, anh viết tiếp, đùa cho đỡ căng thẳng *"Nguyệt Đàn có làm người đưa thư buồn chuyện gì không?"* Cô trả lời: *"Nguyệt Đàn chịu, không hiểu nổi!* Anh viết lại: *"Đây là một điều bí mật mà tôi sẽ không bao giờ có câu trả lời."*

Anh nói với Hạnh Nguyên:

"Lần trước, em cho rằng Nguyệt Đàn nghĩ em không gởi thiệp giùm anh nên cô ấy không nhận được. Lần này, anh cũng có một ý nghĩ của mình," ngừng một lát, anh nói tiếp, "Em có nghĩ là thư từ của anh đến nhằm vào những lúc chỉ có Thức Ngữ ở nhà, và anh ta không đưa lại cho Nguyệt Đàn không?"

Hạnh Nguyên nheo mắt:

"Ai mới là người đa nghi đây há!"

Chưa chịu thua, anh gọi điện thoại cho Hiền, anh bạn này dường như luôn luôn có một giả thuyết cho bất cứ tình huống nào. Anh tóm tắt câu chuyện các tấm thiệp cho Hiền nghe. Anh ta ngẫm nghĩ một lát rồi nói:

"Tớ nghĩ là có một cái địa chỉ nào đó rất giống với địa chỉ của cô bạn của cậu, chỉ khác một tiểu tiết như *street, road* hay *avenue* gì gì đó... và có thể là mỗi lần người đưa thư thấy mấy món của cậu lại thảy qua địa chỉ bên kia."

Anh thấy phục Hiền quá. Chuyện đơn giản chỉ có vậy mà sao anh không nghĩ ra. Anh kể lại điều Hiền nói cho Hạnh Nguyên, người cũng rất thích đưa ra giả thuyết, thích có câu trả lời cho mọi câu hỏi. Cô lắc đầu:

"Em lại không nghĩ vậy."

Anh ngao ngán nhún vai một cái, không nói gì nữa. Anh không hiểu Hạnh Nguyên thật sự thấy Hiền không có lý, hay chỉ vì thói quen của cô hay nói ngược lại những người khác, trong đó có anh.

Giáng Sinh lại đến, rồi lại qua. Nhưng ba lần Giáng Sinh vừa rồi, anh không thấy êm đềm như trước, chỉ vì anh hết sức ấm ức về chuyện ba tấm thiệp anh gởi cho Nguyệt Đàn đều bị lạc mất. Ở trường, đang trong tâm trạng bực bội, anh nhận được một cái *email* có thông báo của khoa ngôn ngữ học tại University of Washington tại Seattle mời đóng góp một bài khảo cứu tại hội nghị toàn vùng Tây Bắc Mỹ. Thật là một trùng hợp ngẫu nhiên, vì anh vẫn thầm mong có được một cơ hội như vậy để ghé thăm Nguyệt Đàn. Hồi giờ anh đã từng đi thuyết trình tại các hội nghị ở Minnesota, Texas, Colorado, Nevada, New Mexico, Arizona, Utah... Lần này mới có dịp đi lên vùng tây bắc, lại được thăm cô bạn ngày xưa...

Anh quyết định sẽ dành cho Nguyệt Đàn một ngạc nhiên thú vị. Qua nhiều bức điện thư và tin nhắn, anh tìm cách hỏi cho ra thời khoá biểu làm việc của cô. Nguyệt Đàn làm y tá trong một bệnh viện tư nhân. Dò la vài lần, anh biết được cô nghỉ hai ngày trong tuần, thứ Bảy và thứ Tư. Cũng hay, bài thuyết trình của anh là vào chiều thứ Bảy. Anh có thể đến *surprise* Nguyệt Đàn vào buổi sáng, sau đêm thứ Sáu nghỉ ở khách sạn gần đó. Anh lại mua một hộp sô-cô-la *Godiva,* lần này lớn hơn hộp trước, để tặng cả hai vợ chồng.

Mọi việc diễn ra đúng như anh sắp xếp. Buổi sáng hôm đó, sau một giấc ngủ ngon, anh sảng khoái ăn mặc chỉnh tề, lái chiếc xe thuê đến địa chỉ nhà của vợ chồng Nguyệt Đàn. Trên đường đi, hai bên là những hàng cây trụi lá trong mùa đông của thành phố có biệt danh *Cao Nguyên Tình Xanh,* anh lâng lâng với cảm giác khó tả sắp gặp lại người bạn cũ. Hai người có trao đổi hình ảnh của mình và gia đình cho nhau xem nhiều lần, nhưng không gì bằng lúc gặp nhau bằng xương bằng thịt sau nhiều năm mất liên lạc.

Anh hồi hộp đưa tay nhấn chuông trên cửa. Cũng mấy phút sau, cánh cửa mới mở hé ra. Nguyệt Đàn! Cô trố mắt nhìn anh, cảm động nói:

"Anh Huy! Bất ngờ quá! Anh muốn làm Nguyệt Đàn ngạc nhiên phải không? Mời anh vào nhà."

Anh chưa biết nói gì, chỉ im lặng theo Nguyệt Đàn bước vào nhà. Cô nói:

"Anh Ngữ mới chạy ra ngoài một chút, chắc cũng sắp về."

Cô xoay người lại, nhìn anh:

"Trông anh vẫn như xưa, chỉ phớt nhẹ một chút phong sương. Còn Nguyệt Đàn thì già đi nhiều, phải không?"

Anh mỉm cười, nhẹ lắc đầu, vẫn chưa biết nói gì. Mãi sau, anh mới sực nhớ ra, đưa hộp kẹo cho Nguyệt Đàn và cất tiếng:

"Gặp lại Nguyệt Đàn, tôi mừng lắm. Có những điều không bao giờ thay đổi."

Nguyệt Đàn đón lấy hộp quà, khẽ nói lời cám ơn, đoạn nói thật nhanh, như để che giấu một xúc cảm nào đó:

"Mời anh cứ tự nhiên nhé, ngồi xuống đây chờ Nguyệt Đàn vào trong sửa soạn một chút, hay anh đi quanh nhà ngắm tranh ảnh, đồ đạc gì tuỳ ý."

Còn một mình trong phòng khách, anh nghe lời Nguyệt Đàn tha thẩn đi loanh quanh, ngắm mấy bức tranh phong cảnh nước Ý treo trên tường và bình hoa hồng tươi đặt trên chiếc bàn kiểu cổ điển giữa phòng. Sát bên cửa sổ nhìn ra một khoảng trời xanh và cỏ cây xanh ngát là một cái bàn làm việc, trên có một cái *laptop* và một kệ nhỏ chất đầy giấy tờ đủ loại. Bên cạnh cái *laptop* là một khung ảnh có hình của Nguyệt Đàn và Thức Ngữ, có vẻ như chụp từ lúc còn ở Việt Nam. Anh tò mò cầm cái khung ảnh lên, nhìn kỹ hơn một chút. Lúc đặt tấm ảnh xuống bàn, anh chợt thấy mấy cái phong bì quen quen nằm nhô ra trong xấp giấy tờ, thư từ. Không cưỡng lại được hiếu kỳ, anh đánh bạo, run run rút thử một cái ra xem. Thình lình, toàn thân anh lạnh toát, máu trong người như đông cứng cả lại. Một cái, hai cái, rồi ba cái. Đó chính là ba cái phong bì đựng các tấm thiệp Giáng Sinh anh gởi cho Nguyệt Đàn. Chung quanh anh, không gian và thời gian như đứng chững lại, nhạt nhoà.

Từ phòng trong, Nguyệt Đàn bước ra, vui vẻ nói:

"Gần cả chục năm rồi mình mới gặp lại nhau, phải không anh Huy?"

Anh giật thót người, chưa kịp trả lại mấy cái phong bì vào chỗ cũ. Nguyệt Đàn chợt im bặt, thôi không bước tới nữa. Dường như cô cũng biến thành đá, chỉ có hai con mắt là mở càng lúc càng lớn ra. Im lặng phủ trùm cả gian phòng, cả hai người và hết thảy mọi thứ chung quanh. Sự im lặng càng lúc càng rõ rệt, đến nỗi trở thành những tiếng động chát chúa, quái dị, bổ ong ong vào thính giác của hai con người đang kinh ngạc nhìn nhau, đánh mất hết mọi thứ ngôn ngữ trên đời.

MÀU MỰC CŨ

Tôi không phải là một "cư dân mạng" thuần thành, nhãn hiệu mà người ta thường dùng để chỉ những người sống trong thế giới ảo nhiều hơn trong thế giới thật. Tuy vậy, tôi vẫn nặng lòng biết ơn tất cả những nhân tài về kỹ thuật tân tiến trên thế giới đã đóng góp vào việc giữ gìn và phát huy kho tàng văn minh của nhân loại qua các nền tảng trên mạng như Google, Facebook, Wikipedia, YouTube... và gần đây hơn nữa là ChatGPT. Những nguồn thông tin đó đã giúp chúng ta học hỏi, tìm hiểu về vốn kiến thức đồ sộ của con người từ đời nay sang đời khác, trong một thời gian rất ngắn. Cuối thế kỷ trước, khi mạng lưới toàn cầu đã ra đời nhưng chưa thông dụng mấy, tôi từng phải vào thư viện biết bao nhiêu lần, nhiều khi chỉ để tra tìm một chữ, một khái niệm, trong suốt thời gian viết luận án của mình. Ngày nay, chỉ cần "nhấp con chuột" một cái, chúng ta đã có thể tìm được điều mình muốn tìm trong tích tắc.

Một điều tuyệt vời nữa là các nền tảng trên mạng đó là nơi lưu trữ cơ man nào là những thành tựu của con người về khoa học, nghệ thuật, kỹ thuật, văn chương, âm nhạc... Ôi, không thể nào kể ra cho xiết! Đối với những người một thời đã sống ở miền Nam tự do trước đây, không gì gây xúc động bằng lúc tìm lại được một bài nhạc, một bài thơ hay một bài văn cũ, hay cả một cuốn phim của nền điện ảnh Sài

Gòn, gợi biết bao kỷ niệm đẹp của những ngày xưa thân ái. Không có kỹ thuật mạng tân tiến như bây giờ, chắc những tác phẩm quý giá của một thời huy hoàng đó đã lụi tàn theo năm tháng.

Trong những lần lang thang "về miền quá khứ" trên không gian mạng, tôi đã lần theo lối cũ, tìm lại những tờ tạp chí dành cho tuổi thanh xuân ngày trước, như Tuổi Hoa, Tuổi Ngọc, Thiếu Nhi, Thằng Bờm, v.v. Lại phải cám ơn những người bạn thật dễ thương nào đó đã chịu khó chụp lại từng bìa báo, từng trang báo bên trong, dễ đến cả trăm số cho mỗi loại tạp chí thiếu nhi ngày xưa, rồi tuần tự post lên mạng cho mọi người cùng xem. 50 năm đã trôi qua, nhanh như một cái chớp mắt. Đã bao lần tôi bâng khuâng tự hỏi, không biết ngày xưa có thật không, cuộc sống êm đềm ở miền Nam thuở ấy của tôi và của triệu triệu người khác, có thật hay không? Hay đó chỉ là một giấc mơ dài, chưa bao giờ có trong thực tế?

Nhưng những tờ tạp chí trên mạng, dù chẳng phải "bằng xương bằng thịt", cũng là bằng chứng hùng hồn hiển hiện ra ngay trước mắt, nhắc nhở rằng những ngày xưa đó là có thật. Tôi đã từng sống trong thời gian tuyệt đẹp đó, từng vui, từng buồn với cuộc sống của một cậu bé mới lớn, được kể hay miêu tả lại qua các bài thơ, truyện tranh, truyện ngắn, truyện dài... trong các tờ tạp chí nói trên.

Một hôm, tôi chọn một trong số các tờ Tuổi Ngọc để xem. Bìa báo của số ấy là do Đinh Tiến Luyện vẽ (nhiều số khác có bìa của Lê Vĩnh Ngọc—hai hoạ sĩ tài ba này thay phiên nhau trình làng những hoạ phẩm dễ thương, xinh xắn, rất hạp nhãn đối với những cô cậu tuổi vừa lớn, đầy ắp mộng mơ). Tôi cảm động đọc qua từng trang báo cũ, thỉnh thoảng gặp lại vài câu thơ hoặc câu văn quen thuộc đã từng đọc qua, mấy mươi năm về trước. Đặc biệt, có một truyện ngắn làm tim tôi lỗi hết một nhịp. Đây là truyện tôi đã đọc hơn một lần, không phải vì thích nó hơn các truyện khác, mà vì nó có liên quan đến tôi nhiều năm sau đó.

Truyện nói về tâm sự của một cô gái thuộc lứa tuổi "thích ô mai" vừa rời xa gia đình để vào học trong một trường nội trú. Bên cạnh nỗi nhớ gia đình vì lần đầu sống xa nhà, cô còn có thêm một niềm nhung nhớ mới mẻ, dành cho một người bạn khác phái cô mới quen. Truyện không nói rõ cô và người bạn này bao nhiêu tuổi, và không biết người bạn này có lớn hơn cô nhiều hơn hay không mà cô xưng "em" và gọi anh ta bằng "ông". Cũng có lẽ trong thời điểm đó, các tác giả trẻ chạy theo thời thượng, thích cho nhân vật nữ xưng hô "em em, ông ông" với nhân vật nam, chắc là muốn lập dị, muốn "nổi" hơn nhiều cây bút khác. Đọc lại truyện này, tôi nhớ ngay đến một câu chuyện đời thật mà tôi là một trong hai vai chính trong đó.

Sau khi cộng sản vào miền Nam, hình như nhiều người thích đi coi bói hơn trước. Chắc một trong những điều họ muốn nghe thầy bói phán là họ sẽ có dịp vượt biên thành công! Má tôi cũng đưa tôi đi tìm hiểu vận may rủi ra sao. Ông thầy này, tuy vậy, chẳng đề cập gì đến chuyện tôi có số xuất ngoại hay không, chỉ phán một câu xanh dờn, *"Cậu này công danh tới rất muộn!"* Trời đất, bói vậy ai không bói được. Cả miền Nam bị đổi chủ, trời làm một trận mưa giông, ông lại thành thằng, thằng lại thành ông. Nếu ai công danh có muộn thì cũng dễ hiểu, mà cũng nên mừng là vẫn có công danh, còn hơn là đi vùng kinh tế mới hay nhảy tàu lửa đi buôn hàng chuyến. (Về sau, nghiệm lại thấy ông thầy này nói trớt quớt vậy mà đúng phóc, à không, chỉ đúng 70% trăm thôi. Quả là tôi học hành xong xuôi muộn màng thật—vì qua Mỹ khá trễ tràng—tuy chỉ có "công" thôi chứ chẳng có "danh" gì cả).

Tính từ lúc tôi học xong trung học và cao đẳng sư phạm dưới chế độ cộng sản, đến lúc vượt biên và học tiếp ở Mỹ, ở khoảng giữa tôi có tổng cộng 9 năm lêu bêu, đi làm cho "nhà nước" với tiền lương không đủ một chầu bia hơi thời đó. Ngoài giờ làm việc, tôi thường cà-phê thuốc lá, "ngồi đồng" hàng giờ trong quán với bạn bè. Rảnh hơn nữa thì tôi viết nhật ký, làm thơ, than mây khóc gió, mơ một ngày vượt đại dương đi tìm tự do ở tân thế giới. Ngoài ra, lâu lâu tôi phải đi họp phường khóm một lần, đồng thời tham gia vào những buổi lao động ở miền quê quanh thành phố tôi ở. Chính quyền địa phương kiếm chuyện vớ vẩn cho đám thanh niên làm để không có thì giờ sinh sự lôi thôi, thắc mắc về chính trị chính em, không có lợi cho nhà nước. "Lao động" lúc đó thường là kiểu *"con kênh ta đào chưa có nước chảy qua/Chỉ có nắng mùa hè nóng bỏng..."* cho vui vậy mà.

Chính trong những ngày "hè nóng bỏng" đó mà tôi quen được Thy An. Tôi dùng chữ "được" ở đây không phải là vô tình, vì Thy An sang cả và xinh đẹp vô ngần. Tôi nói vậy là không hề ngoa chút nào. Giữa các cô gái hoặc nhan sắc tầm thường, hoặc gốc gác bình dân, Thy An nổi bật lên trên hết với dáng vẻ điệu đà, thần thái tươi mát, phong cách thanh thoát; chàng trai nào nhìn cô cũng muốn... rụng tim, nếu không muốn nói là rụng rời cả tứ chi. Trước dung nhan của cô, những chàng trai tội nghiệp ấy chỉ thấy ngỡ ngàng, nghe trong lòng thoáng qua một ước ao mơ hồ nào đó, mà không dám nghĩ đến điều gì xa xôi hơn nữa.

Ấy vậy mà Thy An lại "chiếu cố" đến tôi, thật là bất tư nghì, thật không sao hiểu được. Ngày ấy, tôi là một gã trai lỏng khỏng loẻo khoẻo, người mong manh như lá lúa, không có nét gì cho ra vẻ nam nhi chi chí, không có được "râu hùm, hàm én, mày ngài" như nhiều đứa con trai cùng trang lứa với tôi trong phường khóm thuở ấy. Mặc dù vậy, chính Thy An là người bắt chuyện với tôi trước, trước những đôi mắt khâm phục lẫn ghen tị của đám trai gái chung quanh. Tôi cũng bồi hồi đáp lại, trong lòng cứ băn khoăn, không hiểu cô nàng này có ý gì đây. Tại sao, tại sao lại là tôi mà không phải ai khác?

Từ đó, những buổi họp khóm phường, những lần đi lao động—vốn là những cực hình đối với tuổi trẻ ham chơi, ham bay nhảy—giờ đây bỗng trở thành những lần tôi mong ngóng cho mau đến, cho tôi có dịp, có cớ gặp Thy An. À, tôi quên nói một chi tiết quan trọng. Thy An nổi bật trong đám đông không chỉ vì những gì tôi vừa miêu tả bên trên, mà còn vì cái tên khá hiếm có của cô. Nếu không kể các o tiểu thư danh gia vọng tộc có giây mơ rễ má với hoàng tộc Huế ngày xưa, mang những cái tên dài dằng dặc và văn vẻ, đại loại như "Công Tằng Tôn Nữ... Chi Chi..." chẳng hạn, thì tên của Thy An (vốn không phải là người Huế) cũng dài không kém: Hoàng thị Huyền Mỹ Thy An! Lúc nghe đến tên cô, tôi nghĩ, chắc ba má cô khi sinh ra cô mừng lắm nên mới đặt cho cô... gần hết những cái tên trên đời cho con gái rượu của mình.

Nhiều người đến với nhau là vì bề ngoài hạp nhãn, hay vì có cùng sở thích. Trường hợp của tôi thì đúng là neither of the above! Như đã nói, bề ngoài của tôi là... trung bình về mọi phương diện, nếu không muốn nói là dưới trung bình. Còn về sở thích, Thy An "chọn" tôi trước khi cô có dịp biết tôi thích những gì. Khi đã tạm gọi là thân với nhau rồi, chúng tôi mới biết là cùng thích chuyện văn chương chữ nghĩa, thơ ca và âm nhạc. Thế là, bất cứ khi nào có dịp, chúng tôi cùng nhau nói chuyện thơ văn, hết sức tâm đầu ý hợp. Những câu chuyện tưởng như không bao giờ dứt. Những lần bên nhau lúc nào cũng là thời gian thú vị nhất cho cả hai đứa, mặc những lời bàn ra tán vào, xầm xì nọ kia của lũ trai gái quanh chúng tôi.

Một hôm, Thy An ghé nhà tôi chơi. Thật là một biến cố lớn lao. Thời ấy, con gái đến nhà con trai trước không phải là chuyện bình thường. (Tôi thì chưa đến nhà cô lần nào. Tôi thấy Thy An đã cao sang, nghĩ rằng ba má cô còn cao sang hơn nữa, chẳng bao giờ có ý dám đến chơi nhà). Chị Uyên của tôi, lần đầu thấy Thy An, cứ trố mắt lên mà nhìn, quên cả lịch sự tối thiểu mời bạn của em vào nhà. Thời may, má tôi đã bước ra chào cô, vồn vã mời cô vào. Nói là "mời vào", chứ thực tình ra Thy An chỉ bước lại cái xích đu ngoài hiên nhà tôi và khép nép ngồi xuống. Còn tôi, nửa vui mừng, nửa mắc cở, cũng ké né ngồi xuống bên cạnh cô bạn gái mới, còn rất cẩn thận giữ một khoảng cách... an toàn giữa hai đứa.

Khi Thy An đã ra về, chị Uyên khều tay tôi:

"Thịnh, con nhỏ này đẹp mê hồn! Ăn nói lại dễ thương nữa. Em phải "cua" nó thôi!"

Tôi cười đến chảy nước mắt:

"Thì cổ đã tới nhà chơi rồi, em còn cua nữa làm gì?"

Tất nhiên là Thy An đẹp, nhưng còn cái mục "ăn nói dễ thương" thì tôi không bảo đảm. Với má và chị của tôi, làm sao mà cô không thận trọng lời ăn tiếng nói cho được. Thật ra, Thy An ăn nói khá kiêu kỳ. Ai sẵn không ưa cô ắt sẽ càng không ưa thêm. Có khác chăng là khi nói chuyện với tôi, cô không có kiểu ăn nói đó. Thy An trước và sau khi quen tôi thật là một trời một vực, chứ không thì tôi cũng khó xử.

Mùa hè qua nhanh. Những lần đi họp, những hôm đi lao động cũng qua như một giấc ngủ trưa ngắn ngủi. Hết hè, cả Thy An lẫn tôi đều có một thay đổi lớn. Tôi vào học khoa tiếng Anh của trường Cao Đẳng Sư Phạm, còn Thy An sắp bắt đầu chương trình Trung Học Sư Phạm ở Tuy Hoà, cách Nha Trang của chúng tôi hơn trăm cây số về hướng bắc. Như vậy sẽ buồn lắm lắm, vì chúng tôi sẽ phải tạm xa nhau trong hai năm tới. Chắc lâu lâu Thy An mới về thăm nhà một lần. Mùa hè cuối cùng bên nhau đó, hai đứa thường đạp xe bên nhau, đi qua những con đường vắng vẻ có nhiều cây phượng vĩ đang trổ hoa đỏ thắm. Tiếng ve sầu kêu rả rích từ những tàng cây nghe buồn buồn. Hai đứa dường như nói ít đi, trầm tư đạp từng vòng xe, bâng khuâng nghĩ đến những gì đang chờ đón trước mặt, và những gì sắp bỏ lại sau lưng.

Niên học bắt đầu. Cả hai chúng tôi cùng bận rộn với trường lớp mới, mãi đến mấy tuần sau mới bắt đầu liên lạc thư từ với nhau. Thời đó, những năm 80 của thế kỷ trước, làm gì có phone tay, Facetime hay texting, cho nên chúng tôi chỉ gởi cho nhau những tờ thư học trò. Thư của Thy An viết bằng mực tím (Thuở đó, tôi phải đi lục lọi khắp những hàng sách cũ để tìm mua tặng cho cô những tác phẩm một thời làm rung động tuổi mới lớn của Nhã Ca như *Hiền Như Mực Tím, Bước Khẽ Tới Người Thương, Bầy Phượng Vỹ Khác Thường...*) Còn tôi thường nắn nót làm những tấm thiệp bằng tay; nét vẽ, nét bút vụng về, nhưng chất chứa đầy những cảm xúc nồng nàn của người gởi.

Tôi học ngoại trú, vì từ nhà đến trường chỉ đi bộ qua mấy con đường là tới nơi. Trường tôi bên hông là bờ biển, nhìn ra đại dương xanh ngăn ngắt, gió từ khơi xa thổi vào mát rười rượi. Thy An vào nội trú, sống xa nhà. Tôi chưa biết được trường lớp của cô ra sao. Trong một lá thư cô viết, lời lẽ chợt văn hoa lạ thường, viết cho tôi mà như viết cho ai khác, *"Mỗi buổi sáng Chủ Nhật, nội trú im lìm. Lũ bạn thường rủ nhau ra phố chơi cả. Em không đi đâu. Chỉ loanh quanh trong bốn bức tường mênh mông, trong khu vườn vắng lặng. Nghĩ đến ông. Nghĩ đến những lúc ông và em nói với nhau những lời bâng quơ, thế mà cũng cùng nhau phá ra cười rũ rượi. Trong không gian tĩnh mịch của khu nội trú, em như nghe rõ tiếng cười của ông, tiếng cười của em, âm thanh của một thời vừa mới qua thôi, mà nghe như từ thuở xa xưa nào vọng về..."*

Ái chà chà, Thy An viết thư mà như viết văn, lại còn xưng hô thật kiểu cách nữa. Từ lá thư đó trở về sau, cô tiếp tục cách xưng hô đó, tuy lời văn không chải chuốt, cầu kỳ như lần đầu tiên. Phần tôi, tôi vẫn thật thà như đếm, trong thư chỉ xưng tên mình và gọi tên Thy An, chẳng dám anh anh em em như nhiều cặp khác trong đám bạn bè của chúng tôi.

Có lần, cậu tôi trong Sài Gòn bị bệnh, má tôi vào để thăm cậu, rủ tôi đi theo. Lần đó, trường tôi được nghỉ lễ ba ngày nên tôi vui vẻ tháp tùng má. Tôi lớn lên ở Nha Trang, nhưng ra đời ở bệnh viện Đồn Đất trong Sài Gòn, vì má muốn sanh con ở nơi có đủ tiện nghi, ở thủ đô miền Nam ngày đó. Có lẽ vì vậy mà Sài Gòn đối với tôi có một cái gì thật gần gũi, gần như thiêng liêng. Mỗi lần xe đò đi vào Hàng Xanh, sắp tới Sài Gòn, lòng tôi lại nao nức, cảm động một cách khó tả. Lần nào cũng vậy, mỗi khi có dịp ở Sài Gòn trong một thời gian ngắn, tâm trạng tôi luôn bồi hồi lẫn vui sướng. Quanh tôi, cái gì cũng hay, cũng lạ. Những đại lộ râm mát với hai hàng cây cổ thụ. Những con người vui vẻ, phóng khoáng. Những hàng quán bán thức ăn ê hề, hấp dẫn. Nhất nhất, mọi thứ ở Sài Gòn đều khiến tôi mê tít. Bây giờ, xa Việt Nam đã mấy mươi năm, trong lòng tôi lúc nào cũng có hai quê hương để nhớ. Một là Nha Trang. Hai là Sài Gòn. Không thể chọn nơi nào bỏ nơi nào được.

Mấy người em họ, con cậu mợ tôi, rất vui tính và chiều chuộng tôi. Tôi thì nhìn họ như nhìn những thần tượng. Cách ăn mặc, sinh hoạt, cách nói chuyện của họ, với tôi, đúng là phong cách của người dân thủ đô, của *Sài Gòn Đẹp Lắm, Sài Gòn Ơi, Sài Gòn Ơi!*

Trong những ngày cuối tháng Tư năm ấy, gia đình tôi bỏ Nha Trang, chạy vào Sài Gòn. Cố nhiên là chúng tôi mất tất cả. Mất căn nhà trong cư xá sĩ quan mà ba đã bỏ bao nhiêu công sức, tiền bạc để trùng tu, xây thêm căn gác cho chị em tôi có chỗ ở rộng rãi. Riêng tôi thì mất hết sách báo mà tôi đã gìn giữ, chắt chiu cho đến tận những ngày cuối cùng trong căn nhà đó. Ngược lại, những cô em họ con cậu tôi, vì không phải chạy đi đâu, còn nguyên vẹn tất cả, quần áo, đồ chơi, sách vở, xe cộ, đặc biệt là các tờ tạp chí thiếu nhi mà tôi đã mất hết. Chiến tranh Việt Nam, ngày đó, đến Sài Gòn thì dừng lại, rồi kết thúc. Vì vậy, cuộc sống của gia đình cậu tôi dường như thay đổi rất ít, trừ những chủ nhân của thành phố bây giờ không còn là những người cũ nữa.

Suốt mấy ngày ở trong nhà cậu, tôi mượn những tờ tạp chí thân quen, say sưa đọc hết tờ này qua tờ khác. Cũng Tuổi Hoa, Tuổi Ngọc, cũng Thiếu Nhi, Thằng Bờm... Tôi còn nhớ một buổi sáng, đang háo hức lật những trang báo của một tờ Tuổi Ngọc, tôi chợt dừng lại ở một truyện ngắn. Tôi đọc truyện, thoạt đầu thấy một bầu không khí quen thuộc mà không hiểu vì sao. Truyện nói về một nhân vật nữ sống trong nội trú. Tới một đoạn, tôi sững sờ đọc những dòng chữ thật rõ ràng, đang bày ra trước mắt, *"Mỗi buổi sáng Chủ Nhật, nội trú im lìm. Lũ bạn thường rủ nhau ra phố chơi cả. Em không đi đâu. Chỉ loanh quanh trong bốn bức tường mênh mông, trong khu vườn vắng lặng. Nghĩ đến ông. Nghĩ đến những lúc ông và em nói với nhau những lời bâng quơ, thế mà cũng cùng nhau phá ra cười rũ rượi. Trong không gian tĩnh mịch của khu nội trú, em như nghe rõ tiếng cười của ông, tiếng cười của em, âm thanh của một thời vừa mới qua thôi, mà nghe như từ thuở xa xưa nào vọng về..."*

Tôi thẫn thờ gấp tờ tạp chí lại, ngồi ngẩn người ra một lát. Chi, cô em họ tôi, vai em nhưng lớn tuổi hơn tôi, đi ngang thấy tôi ngồi như ông phỗng đá, cười hỏi:

"Làm gì mà Thịnh ngồi thần ra vậy?"

Tôi hơi giật mình, nói chống chế:

"À, không có gì đâu. Thịnh đang thưởng thức mấy tờ báo của Chi đó mà. Cuốn Tuổi Ngọc mà Thịnh đang đọc đây, có một bài hồi trước Thịnh thích lắm. Bây giờ đọc lại vẫn còn thích."

Vừa nói, tôi vừa chìa tờ tạp chí cho Chi thấy. Cô cười nhẹ:

"Vậy Chi tặng Thịnh tờ này để giữ cho vui nhe!"

Chi đi khuất rồi, tôi vẫn ngồi yên đó, trong lòng lẫn lộn thật nhiều cảm xúc. Kinh ngạc. Thất vọng. Tức giận. Và... buồn tê tái. Phải một lúc sau, tôi mới tạm bình tĩnh trở lại. Ngó quanh quất để chắc rằng Chi không có ở đó, tôi bắt đầu xé trang báo có những lời thư đó ra khỏi tờ tạp chí. Tôi xé thật chậm và cẩn thận để trang báo không bị lẹm. Xong xuôi, tôi kẹp nó lại trong tờ Tuổi Ngọc, lên nhà trên để tìm Chi. Tôi hỏi xin Chi một cái phong bì, nói là cần gởi thư cho một người bạn. Sau đó, tôi viết tên Thy An và địa chỉ nội trú của trường cô lên phong bì. Tôi nghĩ lúc cô nhận được thư và mở ra, chắc chắn là sẽ biết ai gởi, nên không cần phải đề tên mình. Tôi buồn rầu lấy trang báo ra, gấp làm ba rồi bỏ vào phong bì. Ngay chiều hôm đó, tôi nhờ Sơn, con trai út của cậu tôi, chở ra bưu điện thành phố, tự tay bỏ lá thư oan nghiệt vào thùng.

Tất cả những gì xảy ra sau hôm ấy chỉ là trong trí tưởng tượng của tôi, vì Thy An và tôi không bao giờ gặp lại nhau nữa. Có lẽ một ngày nào đó, tôi sẽ đóng vai Thy An, viết lại phần kế tiếp của câu chuyện này. Chuyện bắt đầu từ lúc Thy An nhận được lá thư không đề tên người gởi, nhưng tuồng chữ trên phong bì thì rất quen thuộc. Rồi lúc cô mở phong bì ra, thấy trang báo bên trong, rồi phản ứng ra sao, rồi hành động thế nào... Có thể cô sẽ khóc. Mà cũng có thể cô sẽ phá ra cười, bất cần và kênh kiệu như bản tính vốn dĩ.

Cũng có lẽ tôi nên viết một truyện ngắn khác mà cốt truyện có nhiều "alternative ending", và tôi là nhân vật chính. Trong truyện, sau khi đọc được những những lời thư trong tờ Tuổi Ngọc, tôi chỉ lặng lẽ gấp tờ báo lại, trả nó về tủ sách của Chi. Tôi sẽ trở về lại Nha Trang, sống tiếp những ngày tháng cũ, đi học, đi uống cà-phê, làm thơ, đọc sách, nghe nhạc. Nhận được thư Thy An, tôi sẽ đốt đi mà không đọc. Hay nhận thư rồi vẫn trả lời như không có chuyện gì xảy ra. Hay quen được một người bạn mới, để mau quên đi người bạn cũ. Một người bạn mới không nói năng kiểu cách, không viết lách cầu kỳ, chỉ nói những gì muốn nói, bằng những ngôn từ giản dị từ trái tim, không từ sách vở.

Có người nào đã nói câu này, đại khái là, sự ân hận lớn nhất trong đời không phải là về điều mình đã làm, mà là về điều mình đã không làm. Trong trường hợp của tôi, giải pháp nào cũng làm tôi đau khổ. Nhưng, bao nhiêu năm đã trôi qua, cùng với tuổi đời chồng chất, nhiều cảm xúc trong chúng ta có lẽ cũng đã chai đá. Tình yêu. Tự ái. Niềm tin. Thy An bây giờ ra sao. Tưởng tượng một ngày, tôi về lại Nha Trang, đến ngôi nhà tôi chưa bao giờ đến. Ba má cô có còn đó không. Cô còn ở trong ngôi nhà đó không. Hay cô đã—như một lời ca của người nhạc sĩ họ Trịnh—là một "người đi vắng", *người đi vắng/về nơi bế bồng.* Nếu gặp tôi, cô có thể, bằng một giọng kiêu kỳ muôn thuở, lạnh lùng cất tiếng hỏi, "*Ông là ai?*"

www.ingramcontent.com/pod-product-compliance
Lightning Source LLC
LaVergne TN
LVHW020101081026
849580LV00013B/1752
9798330228782